ஓய்வு பெற்ற ஒற்றன்

அகரன்

ஓய்வு பெற்ற ஒற்றன்	:	சிறுகதைகள்
தமிழில்	:	அகரன்
	:	© ஆசிரியருக்கு
முதற்பதிப்பு	:	டிசம்பர் 2022
அட்டை வடிவமைப்பு	:	பி.எஸ். வம்சி
வெளியீடு	:	வம்சி புக்ஸ்
		19, டி.எம்.சாரோன்,
		திருவண்ணாமலை - 606 601
		9445870995, 04175 - 235806
அச்சாக்கம்	:	மணி ஆப்செட், சென்னை - 600 077
விலை	:	₹250/-
ISBN	:	978-93-93725-17-2

Oivu pettra ottran	:	Short stories
	:	Akaran
	:	© Author
First Edition	:	December - 2022
Wrapper Design	:	B.S. Vamsi
Published by	:	Vamsi books
		19.D.M.Saron,
		Tiruvannamalai - 606 601
		9445870995, 04175 - 235806
Printed by	:	Mani Offset, Chennai - 600 077
	:	₹250/-
ISBN	:	978-93-93725-17-2

www.vamsibooks.com - e-mail: kvshylajatvm@gmail.com

இலங்கை இராணுவத்தால் கடலில் புதைக்கப்பட்ட
அப்பாவிற்கும்,
முப்பத்தாறு ஆண்டுகளாக 'அவர்' வருவார் எனக்காத்திருக்கும்
அம்மாவிற்கும்.

நன்றி

இதழ்கள்:

'அகழ்' - 'அரங்கம்' - 'ஆக்காட்டி' - 'தாய்வீடு'

அசுரா, அ.முத்துலிங்கம், அனோஜன் பாலகிருஸ்ணன், சீவகன் பூபாலரத்னம், கே.மிருணாளினி, கே.வி.ஷைலஜா, நாகேஸ் மணி, கருணாகரன், ரவி (குமிழி), டிலீப்குமார், வி.டினேஸ், விஜி, சரவணன் மாணிக்கவாசகம்...

அகரன்...

"இற்றைத் திங்கள் இவ்வெண் நிலவின்..

குன்றும் கொண்டார், யாம் எந்தையும் இலமே!"

ஈழத்தில் நான் பிறந்த போது அது இரண்டாக உடைந்து விட்டிருந்தது. ஈராயிரம் ஆண்டுகளாக ஒன்றாய் வாழ்ந்த மக்கள் 'அதிகார வெற்றிக்காக' பிரிக்கப்பட்டு வன்மம் மூளை நிறைய அடைக்கப்பட்டு ஏவி விடப்பட்டிருந்தனர்.

அதன் பயனாய் 'இலங்கை எங்கள் தாய்நாடு' என்று பாடப்புத்தகத்தில் எழுதி அனுப்பிவிட்டு எங்கள் கிராமங்களின் வானத்தில் குண்டுவீச்சு விமானங்களையும் அனுப்பினர்.

நான் சற்று வளர்ந்து விட்டபோது விதம் விதமான போர் விமானங்களை பார்க்கும் மகிழ்ச்சியோடு எனக்கும் ஒரு 'அப்பா' இருந்ததை அறிந்து மகிழ்ந்து போனேன்.

எனது 17 வயதில் இலங்கை இராணுவக் கட்டுப்பாட்டுப் பகுதிக்குள் சென்ற போது அங்கு மின்சாரம் இருந்தது, புகையிரதம் இருந்தது, தொலைபேசி இருந்தது. எனக்கு ஆச்சரியத்தைக் கட்டுப்படுத்த முடியவில்லை. ஒன்று தெரிந்தது நான் உயிரோடு இருப்பதே அந்த நிலத்தில் வெற்றிக்கானது.

இப்படிப்பட்ட நிலையில் புத்தகங்கள் என்னை நிறைக்க ஆரம்பித்தன. மரபிலக்கியங்கள் மனதை மலரச் செய்தன. இதற்கிடையில் 'நீ பல்கலைக்கழகம் சென்றே ஆகவேண்டும்' என்ற அம்மாவின் குரல் என்னை அதிர்ச்சிக்கும் ஆச்சரியத்திற்கும் உள்ளாக்கிற்று.

பாடப்புத்தகங்களே முறையாகக் கிடைக்காதவனிடம் இப்படி கட்டளை இட அம்மாவால் எப்படி முடிந்ததோ என்ற ஆச்சரியம் இன்றுவரை என்னிடம் இருந்து அகலவில்லை. பஞ்சாங்கத்தை கூட நாங்கள் அயலவர்களிடம் கடனாக வேண்டியதை அம்மா மறந்து விட்டார்.

ஈழத்தீவை விட்டு நான் வானத்தை நோக்கிப் பறந்தபோது அது என்னைத் தூக்கி எறிகிறது என்றும், அங்கு மீண்டும் 'திரும்ப முடியாது' என்றும் எனக்கு அப்போது புரிபடவில்லை.

மூலதனம், கம்யூனிச அறிக்கை, போராட்ட வரலாறுகள் என்று நிலைத்து விட்டிருந்த என் வாசிப்பு, நாடற்றவனாக கள்ளக்கடவுச் சீட்டில் அலைந்தபோது தான் புனைவு இலக்கியங்கள் மீது ஈர்ப்பைத் தந்தது.

பிரான்சைத் தற்காலிக நிலமாக அடைந்தபோது ஒரு நாளில் பதினாறு, பதினெட்டு மணி நேரங்கள் உழைத்துக் கொண்டிருந்த என் கருவாட்டு வாழ்க்கைக்கு சற்று உயிரூட்டியது புனைவிலக்கியம்.

கவிதைகளை எழுதி நானே அவற்றுக்குத் தீ மூட்டிக் கொண்டிருந்த ஒருநாளில் அ.மு எழுதிய 'அய்யாவின் கணக்கு புத்தகம்' படித்துவிட்டு ஒரே மூச்சில் 'நிலவின் கதை' என்ற கதையை எழுதி அவருக்கு 'நீங்கள் ஒரு வரியில் பதில் போட்டால் போதும்' என்று அனுப்பினேன். அவர் ஒரு வரியில் 'உமது தொலைபேசி இலக்கத்தை அனுப்பவும்' என்று பதில் அனுப்பினார்.

ஒரு மாலை அவரே அழைப்பெடுத்து 80 நிமிடங்கள் கேள்விகளால் பேசினார். என்னால் அதிர்ச்சியில் இருந்து மீள

முடியவில்லை. எனது புலம்பெயர்ந்த கதையைக் கேட்டுவிட்டு, 'நீர் ஓர் புதையலின் மேல் இருக்கிறீர் அதை அறியாமல்... தொடர்ந்து எழுதும்!' என்றார். தமிழ் இலக்கிய உலகின் மூத்த முன்னோடியின் அச்சொற்கள் என்னை உந்தித் தள்ளின.

சமூக ஊடகத்தில் என் சிறு பத்தி எழுத்தை கண்ட சீவகன்(பிபிசி) தன் இதழில் எழுதுமாறு வேண்டினார். தொடர்ந்து பல கதைகள் எழுதினேன். அதைப் படித்துவிட்டு 'அசுரா' கதைகளை பற்றி ஒரு கட்டுரை எழுதி இருந்தார். எதேச்சையாக அதைப் படித்தபோது என்னை யார் என்றே அறியாது நுண்ணிய வாசிப்பு அனுபவங்கள் மூலம் அவர் கதைகளை கண்டபோது என்னில் ஓர் தூரவெள்ளி தெரிந்தது.

சரவணன் மாணிக்கவாசகம் 2021 இல் வெளியாகிய ஆங்கில சிறுகதைகளின் சிறந்த சிறுகதைக்கான விருதைப் பெற்ற கதையோடு அகழ் இதழில் வெளியாகிய 'சின்னப்பன்றி' என்ற கதையை ஒப்பிட்டது பெரும் நம்பிக்கையை தந்தது.

இக்கதைகள் அத்தனையும் என் கைபேசியில் எழுதப்பட்டவை. அக் கைபேசி ஒரு நாள் வேலையில் இருந்த போது இயந்திரத்தின் இரும்புச் சில்லுக்குள் விழுந்துவிட்டது. அதன் சிதைந்த உடல் என் கையில் இருந்த போது என் கதைகளும் காணாமல் போயின.

பின்பு அவற்றை தொழில்நுட்ப கிடங்கில் தோண்டி எடுத்து என் தாயின் தோற்றத்தோடும், அதற்கிணையான அன்போடும் உள்ள கே.வி ஷைலஜா அவர்களின் கைகளில் கொடுத்துள்ளேன்.

எவையும் திட்டமிடாதவை. அதன் பாட்டில் நடப்பவை. '..எந்தையும் இலமே..' என்று சோர்ந்து இருக்கத் தேவையில்லை.

பயணம்போக பெருங்கடல் உண்டு. மகிபாலன்பட்டியைச் சேர்ந்த ஆதிநாளின் புலவன் சொன்னது போல் 'கல் பொருது மிரங்கு மல்லல் பேறியாற்று/நீர் வழிப்படூம் புனை போல்' காட்சியில் தெளிந்து நகரும் நாட்கள்.

மாபெரும் படைப்பாளுமைகளால் நிறைந்து கொண்டிருக்கின்ற நவீன தமிழ் இலக்கியத்தில் 'ஓய்வு பெற்ற ஒற்றன்' என்ற சிறுகதை தொகுப்போடு சிறு மீன்குஞ்சு போல் நுழைகிறேன். இதை கருவாடு ஆக்குவதும் வறுவல் ஆக்குவதும் சதை நிறைந்த பெரும் மீனாக்குவதும் உலகு பரவிய தமிழ் வாசகர்கள் விருப்பு.

நான் இன்று உயிரோடு இருப்பதாலேயே வென்று விட்டவன். வாய்ப்பு இருந்தால் மீண்டும் சந்திப்போம்.

அகரன்
30/12/2022
Versailles

உள்ளே....

1. வாக்குறுதி 11

2. நிலவின் கதை 24

3. குற்றமும்-தண்டனையும் 33

4. சின்னப்பன்றி 44

5. கெட்ட பழக்கம் 53

6. போன வடை 62

7. இளம்சிங்க பண்டாரம் 71

8. வண்டுதின்ற பிள்ளைகள் 81

9. உலக இயக்கம் 91

10. எல்லோருக்கும் பிடித்தவன் 101

11. மேன் முறையீடு 108

12. கண்டங்களின் காத்திருப்பு 119

13. பெரிய உதவிக்காரன் 136

14. சட்டரீதியாக செத்தவன் 148

15. முடிவுக்கு வந்த நிலத்தின் கதை 157

16. ஓய்வுபெற்ற ஒற்றன் 166

17. போர்க்களத்தானே 174

18. சர்வதேச உறவு 182

19. தேடிவர யாருமில்லை 195

20. இறகை 203

வாக்குறுதி

1,கனடா, யூகொன்.

மாயோன், மயூரன் என்னும் பெயரில் தனது இரண்டு வயதில் கனடாவில் உள்ள மொன்றியல் என்ற நகரத்தில் தன் கால்களை ஊன்றியவன். இப்போது தனது முப்பத்தி ஏழாவது வயதில் கனடாவின் மேற்கு பாகத்தில் அலாஸ்காவோடு ஒட்டிக்கொண்டிருக்கும் யூகொன் (yukon) என்ற மாநிலத்தில் அமெரிக்க-கனடிய விஞ்ஞானிகள் குழுவில் ஒருவனாக போராடுகிறான். தனக்கு மாதம் எவ்வளவு சம்பளம் வங்கிக்கு வருகிறது என்பது அவனுக்கு தெரியாது. அதைப்பற்றி அவனுக்கு அக்கறை இல்லை. ஆனால் உலகின் பல நாட்டு அதிபர்களை விட அவனுடைய மாதக் கொடுப்பனவை கனடிய அரசு உயரமாக கொடுப்பதில் கவனமாக இருக்கிறது. மாயோன் பூமிக்காக போராடுகிறான் என்பதுதான் அதற்குக்காரணம்.

'யூகொன்' ஆண்டின் அதிக காலத்தை வெண்நிலமாகவே வைத்திருக்கும். கடும் வெயில் காலத்தில் பதினெட்டில் இருந்து இருபது பாகை வெப்பம் மட்டுமே அங்கிருக்கும். மகாத்மா காந்தி சுட்டுக்கொல்லப்படுவதற்கு ஒருவருடம், ஒருநாள் முன்னதாக அங்கு -51 குளிர் பதிவாகியது. பதிவு செய்யப்பட்ட வரலாற்றில் யூகொன் கண்ட உயர்ந்த குளிர் அதுதான். உயிர்களைக் கொல்லாத

போரட்டத்தை செய்த மகாத்மா, கொல்லப்பட இருப்பதை இயற்கை தனது முன்னறிவிப்பால் வெளியிட்டுக்கொண்டது.

மனிதர்களின் தோல்களே கல்லாகி இறுகிவிடும். யூகொன் கனடாவின் வெண்கட்டி இரும்புகளின் குளிர்... நிலம். சூரியனுக்கும், நிலவுக்கும் பெரிய குணவேறுபாடு அங்கில்லை. யூகொன் நதி பனிக்கட்டிக்கு கீழ் ஓடுவதைத்தான் பெருமையாகக் கருதுகிறது. ஆற்றின்மேல் சறுக்குப்பலகையில் மக்கள் செல்வார்கள். பனிக்கிணறு கிண்டி மீன்பிடிப்பார்கள். மாயோன் கடந்த இருபது ஆண்டில் வேகமாக உருகும் பனிக்கட்டிகளையும், நுண்ணுயிர்களையும் ஆராய்வதும், வெப்பமாதலில் இருந்து துருவ வெண்நிலங்களை காப்பதற்கான கட்டுரைகளை எழுதுவதும்தான் அவனது பணி.

அவன் தன் வாழ்நாளில் பொதுப்போக்குவரத்தையே பயன்படுத்துபவன். 'நெகிழியை கையால் தொடுவதில்லை' போன்ற மூட நம்பிக்கை அவனிடம் உண்டு. யூகொன் ஆராட்சிப்பணிக்கு தனக்கு நாய் வண்டியொன்றை அமர்த்தியுள்ளான். ஐந்து நாய்கள் அவனை வேண்டிய இடங்களுக்கு இழுத்துச்செல்லும். அன்று இரவு பன்னிரெண்டுமணி. சூரியனையும், நிலவையும் காணவில்லை. வானம் மென் வெளிச்சத்தில் முயங்கி இருந்தது. அந்த நேரத்தில் வானம் சிலவேளை பாடும். ஒளி நடனம் நிகழ்த்தும். பிரபஞ்சத்தின் அந்தப்பாடலை கேட்பதில் அவனக்கு அவ்வளவு பிரியம்.

நாய் வண்டியில் வானத்தை பார்த்தவாறே சென்று கொண்டிருந்தான். அந்த நடனத்தை பார்த்தால் அவன் மனம் நிறைந்து விடும். ஆண்டின் எட்டு மாதங்களை கடும் குளிரில் கழிக்க அதைத்தவிர உற்சாகப்படுத்தும் காரியம் அவனுக்கு வேறில்லை. அப்போதுதான் அவன் கைக்கடிகாரத்தில் தாயாரின் அழைப்பு வந்தது. இப்படியான நேரத்தில் வனசா அவனை தொந்தரவு செய்வதில்லை. அவன் 'அம்மா ஆர் யூ குட்?' என்றதும் வனசா கைக்கடிகாரப்பேசி கழன்றுவிடும்

அதிர்வுடன் பேச ஆரம்பித்தாள். அந்த நேரம்பார்த்து ஐந்து நாய்களும் குரலெழுப்ப துருவ வானம் பாட ஆரம்பித்தது. ஒளிநடனம் பச்சை, மஞ்சள், நீலம், நாவலென மாயம் செய்தது. இயற்கைக்காக போராடும் போராளி பேரொளியில் நனைந்திருந்தான்.

2.பிரான்ஸ். பாரிஸ்.

இன்றுதான் இறுதிச் சவாரி என்று நினைத்துக் கொண்டு வண்டியை எடுத்தேன். இரண்டு வருடமாக டாக்சி ஓடுவது தான் என் தொழில். ஒரு அறைக்குள் இருந்து வேலை செய்வது கூண்டுக்குள் வளரும் பறவை போல உணரச் செய்தது. டாக்சி ஓட்டுவதால் பாரிஸ் நகரை அறியலாம், அங்கு வாழும் நூற்றுக்கும் மேற்பட்ட நாடுகளைச் சேர்ந்த மக்களை அறியலாம் என்பது ஒருபுறம் இருந்தாலும், என்னைத் திருமணம் முடித்தவளின் எதிர்பார்ப்பை நிறைவேற்றுவதுதான் எல்லாவற்றையும் விட முன்னுக்கு என்னை தள்ளிய விடயம்.

அவள் ஊரில் இருந்து வந்த புதிதில் நான் வேர்க்க விறுவிறுக்க சமையல் வேலைமுடித்து வந்தபோது அவள் முகம் வெம்பிப்போன பப்பாப்பழம்போல் சூம்பிக்கிடந்தது.

''என்ன... ? என்ன..? உமக்கு ஏதும் உடம்பு சரியில்லையா?''

என்று நான் கேட்டபோது, 'வெளிநாட்டு மாப்பிள்ளை ரை கட்டி வேலை செய்வார் என்று நான் நினைத்தேன், நீங்கள் படுற பாட்டைப்பார்த்தால் கவலை கவலையாய் கிடக்குது...' என்று அவள் சொன்ன மறு நொடி எனக்கு 'பக்' என்று இருந்தது. எனக்கு கிடைத்த ஒரே ஒரு பெண்ணின் மனக்கவலையின் ஆழம் என்னை அதிர்வுக்குள்ளாக்கிற்று. சமையல் வேலையை நிறுத்திவிட்டு அவசர அவசரமாக என் மூளையில் எல்லாபாகங்களும் இயங்க வைத்து டாக்ஸி ஓட்டும் உரிமையைப்பெற்றேன். பிரெஞ்சு மொழியையும் ஓரளவு சீர் திருத்தி வாசனைத் திரவியம் போட்டு பாரிசுக்கு ஏற்றபடி

நளினமாக்கி மனைவி பெருமைப்படும்படி ரை கட்டி டாக்சி ஓட்ட ஆரம்பித்தேன். இப்போது அந்தத்தொழிலையும் கைவிடும் நிலைக்கு நிலமைகள் வந்துவிட்டிருக்கிறது. பாரீஸ் நகரின் வாகன நெரிசல், வங்கிக்கணக்கே எரிந்துவிடும்படி ஏறி நிற்கும் எரிபொருள் விலையேற்றம். வாடிக்கையாளர்கள் மோசமாகிச்செல்லும் போக்கு, கரியமில வாயுவின் அடர்த்தியால் பாரீஸ் காற்று அழுக்காவதற்கு என் வண்டியும் காரணமாக இருப்பது பேன்ற காரணங்கள்.

அன்று ஞாயிற்றுக்கிழமை. அதிகமானவர்கள் ஓய்வெடுப்பதால் சாலை சற்று ஓய்வாக இருக்கும். நீண்ட தூர ஓட்டங்கள் வந்துசேர வாய்ப்புண்டு... என்று கொக்கின் காத்திருப்புப்போல வண்டியில் இருந்தேன். பாரீஸ் றுவாசி சர்வதேச விமான நிலையத்தில் இருந்து வனசா என்ற பெயரில் அழைப்பு வந்தது. அது ஒரு பெரிய சவாரி என்பதில் எந்தச் சந்தேகமும் இல்லை. வனயா, வனயாதேவி என்ற பெயர்களில் தமிழ்ப் பெண்களுக்கும் பெயருண்டு. இதுவரை என் வண்டியில் ஒரு தமிழ்ப்பெண் மட்டுமல்ல தமிழ் ஆண் கூட ஏறியதில்லை என்ற வருத்தம் எனக்கும் வண்டிக்கும் உண்டு. இந்த வனசா ஒரு தமிழ்ப்பெண்ணாக இருந்தால் என் தொழில் ஒரு பூரணமான முடிவை அடையக்கூடும். ஆனால் பிரஞ்சுப்பெண்களுக்கும் வனசா என்ற பெயருண்டு. அதை அகதியாக பதிவு செய்து அலைந்து திரிந்த நாட்களில் அறிந்திருந்தேன். முதல் முறையீடு நிராகரிக்கப்பட்டால் மேன்முறையீடு செய்யவேண்டும். அதற்கு அப்புக்காத்துமார்களை அகதி ஒருவன் அமர்த்தவேண்டும். அப்படி அகதிகளின் மேன்முறையீடுகளால் புகழும் செல்வச் செழிப்பும் அடைந்த சில பிரஞ்சு சட்டவாளர்கள் பாரீசில் உண்டு. அதில் ஒருவரின் பெயர் வனசா. அதன்பின்னர்தான் தமிழின் பெருமை எனக்கு பிடிபட்டது. இப்போது என் வண்டியில் வர இருப்பது தமிழ்ப்பெண்ணா? பிரஞ்சுப்பெண்ணா? என்பதில் மனம் குழைந்துகொண்டிருந்தது.

பாரீஸ் றுவாசி சார்த்துகோல் சர்வதேச விமான நிலையம் மூன்று முனையங்களை வைத்திருக்கிறது. இதில் முனையம் இரண்டில் சிறுபிள்ளை அரிவரி படிப்பதுபோல, A, B, C, D, F என்று ஆறு வாசல்கள். இதில் F வாசலில் தான் நிற்பதாக வனசா குறுஞ்செய்தி அனுப்பி இருந்தார். நான் அழைப்பெடுத்து அந்தக்குரலை ஆராய விரும்பினேன். அவர் ஆங்கிலத்தில் பேசினார். நானும் பிடி கொடுக்காமல் பேசினேன்.

''அம்மணி, உங்களை நான் இலகுவாக கண்டுபிடிக்க உங்கள் தோற்றத்தை கூறமுடியுமா?'' என்றேன்.

''நீலக்கோட்டும், மூன்று சிவப்புப் பயணப்பெட்டிகளுடன் நிற்கிறேன்'' என்றார்.

''அம்மணி வனசா, நீங்கள் இந்தியப்பெண்ணின் தோற்றத்தில் இருப்பீர்களா?''

''ஓ.. கடவுளே! எப்படித்தெரியும்?''

''உங்கள் பெயரை வைத்து ஊகித்தேன்''

''உங்கள் கணிப்பு கிட்டத்தட்ட சரியானது. நான் இலங்கைப்பெண்''

''நீங்கள் தமிழ் பேசுவீர்காளா?''

''கந்தனே...! யேஸ்.. யேஸ்.. நான் தமிழ்ப்பெண்தான்'' (மொழி மாறியது)

''மகிழ்ச்சி, இன்னும் ஐஞ்சு நிமிசத்தில வந்திடுவன்''

''நன்றி, பாரிசில் தமிழ் டாக்சி கிடைச்சது மகிழ்ச்சி. நான் ஐம்பத்தி ஐந்தாவது வாசலில் நிற்கிறேன்.''

முனையம் F ல் நுழைந்ததும் ஐப்பத்தைந்தாவது வாசலைப் பார்த்தேன். வனசா கொண்டைபோட்டு, கறுப்பு நீள்சட்டையும், மேல்

நீலக்கோட்டும், கறுப்புநிற கைப்பையை தள்ளுவண்டியின் முன் கூடையில் வைத்துக்கொண்டு மீன்பறவையின் தலையசைவுகளோடு என்னைத்தான் தேடிக்கொண்டிருந்தார். கிட்டத்தட்ட ஐம்பது வயதுகளை யோசித்துக் கடந்த தோற்றம். செவ்விளநீர் கோம்பைகள் போன்ற கன்னம். புன்னகைக்கும், அழுகைக்கும் நடுவில் களைத்துப்போய் இருக்கும் முகம். சராசரியான தமிழ்ப்பெண்களைவிட உயரமும் அதற்கேற்ற பருமனும். தரிப்பிடத்தில் இருந்தே அவரை அவதானித்துவிட்டு, வண்டியின் பிருட்டம் வாய்பிளந்து திறப்பதற்கு கட்டளை கொடுத்துவிட்டு அவரருகே நடந்தேன். என்னை இனங்கண்டவர் அவர் வீட்டுக்குச் சென்ற விருந்தாளி போல..

"வாருங்கோ தம்பி. சொன்ன நேரத்திற்கு வந்திட்டீர்கள். நீங்கள் தமிழ் எண்டது எனக்கு மகிழ்ச்சி. பாரிசுக்கு முதல்முறை வருகிறேன். உங்கள் உதவி தேவை."

"கட்டாயம் அன்ரி. நீங்கள் காறுக்குள் ஏறுங்கோ நான் சூட்கேசுகளை ஏத்துறன்."

"நன்றி ராசா"

ஒரு நொடியில் என்னைத் தன் 'ராசா' ஆக்கிவிட்டு அவர் 'ராணி' போலவண்டிக்குள் அமர்ந்திருந்தார்.

தாய்மார்கள் பிள்ளைகளை 'ராசா' என்று சொல்லும்போது வரும் சொல்வாசம் பூவாசம் நிறைந்தது. அதனால் வனசாவை எனக்குப்பிடித்துப்போனது.

"அன்ரி, நீங்கள் போகவேண்டிய முகவரி என்ன?"

"தம்பி, ஒரு கொட்டல் முகவரியை என்ர மகன் அனுப்பி இருக்கிறார். அங்குதான் போகவேண்டும். நான் இரண்டு நாளில் மீண்டும் கனடாவுக்கு பிளைட் பிடிக்கோணும். இலங்கையில் இருந்து கனடாவிற்கு தொடர்ந்து பயணம் செய்யமுடியாதென்பதால் பாரிசில்

இரண்டுநாள் தங்கி பின்னர் பயணம் செய்யும்படி மகன் ரிக்கற் போட்டவர். உங்களுக்கு நல்ல கொட்டல் தெரிஞ்சா அங்க என்னை விட்டு விடுறிங்களா பிளீஸ்?''

''அன்ரி, உங்களுக்கு பாரிசில் சொந்தக்காரர் ஒருவரும் இல்லையோ!''

''இல்லத்தம்பி. எல்லாரும் கனடாவில இருக்கிறம். இலங்கையில கூட இப்ப சொந்தபந்தம் இல்லையெண்டா பாருமன்''

''அன்ரி பாரிசில் எல்லாக் கொட்டலும் நல்லதுதான். ஆனால் நீங்கள் விரும்பினால் எங்கள் வீட்டில் தங்கலாம். இரண்டு நாட்கள்தான? நீங்கள் தான் முடிவெடுக்க வேண்டும்.''

''ஐயோ... தம்பி நீர் எவ்வளவு நல்லபிள்ளையாய் இருக்கிறீர்? உமக்கு இடைஞ்சல் தர நான் விரும்பேல்லை. என்ர மகனும் விரும்பமாட்டார்.''

''அன்ரி, பாரிஸ் வினோதமானது. உங்கள் மகன் தெரிவு செய்த கொட்டல் இருக்குமிடம் உயிருக்கு எந்த ஆபத்தும் இல்லாதது. ஆனால் உடைமைகளுக்கு உத்தரவாதம் இல்லாத பகுதியில் இருக்கிறது. உங்களைப்போன்ற புதியவர்களை அவர்கள் இலகுவாக இனம்கண்டு விடுவார்கள்.''

வனசா மறுகதை பேசவில்லை. ''உங்கள் வீட்டில் சிரமம் இல்லையோ? என்ரபிள்ளை போல இருக்கிறீர்''

(இப்போது தான் நீங்கள் கதையின் வாசலுக்கு வந்திருக்கிறீர்கள். இந்தக்கதை வனசா மூலம்தான் கிடைத்தது. அவரே அதைச்சொல்லட்டும். விமான நிலையத்தில் இருந்து ஒருமணி நேர பயண தூரத்தில் என் வீடு உள்ளது. அந்த ஒரு மணி நேரத்தில் என் காதுகளில் வந்த கதைதான் உங்கள் கண்களுக்கு வர இருக்கிறது)

''அன்ரி இலங்கையில் ஒருவரும் இல்லை என்கிறீர்கள். அப்ப, யாரிடம் சென்று வருகிறீர்கள்?''

''ராசா, முப்பத்தி ஐந்து வருடத்தின் பின்பு என் நண்பியை சென்று பார்த்துவிட்டு வாரன். என்ர மனுசன் 1987 ல் இலங்கையை விட்டு வெளிக்கிட்டு கனடா போனவர். உங்களுக்கு அந்தக்கதைகள் தெரியாது. அப்பேக்க ஒரு இனம் மற்ற இனத்த அடக்குதெண்டு போராட வெளிக்கிட்ட காலம். பிறகு எல்லா இடத்திலும் 'போர்' ஆட வெளிக்கிட்டுது. என்ர மனுசன் 'இந்தத் தீவில் இனி மனுசர மனுசர் கொல்லத் தெரிஞ்சாத்தான் வாழலாம் வனசா' என்று அங்கலாய்த்துக் கொண்டே இருந்தார். எண்பத்தி ஏழுல இந்தியன் ஆமி வந்தபிறகு பிரச்சினை தீர்ந்து விடும் என்று ஆறுதலாய் இருந்தனாங்கள். அவரோட பள்ளியில் உயிரியல் படிப்பித்த சினேகிதர் ஒருத்தர எங்கோ வெடித்த குண்டுக்கு பதிலாய் வந்த இந்தியன் ஆமி சுட்டுக்கொன்றது மட்டுமல்லாமல். அந்த சடலத்தை நாலுதுண்டா வெட்டிப்போட்டு போயிட்டினம் அந்த அதிர்ச்சியில் இலங்கையை விட்டு வெளிக்கிட்டவர், அவற்ற வாழ்நாளில இலங்கை திரும்பேல்லை. அவற்ற அப்பா, பெரியவர் கன்டி பேரின்பநாயகம் உடன் சேர்ந்து மகாத்மா காந்தியை இலங்கைக்கு அழைத்தவர்களில் ஒருவர். அந்த நேரத்தில் கதர் போராட்டத்துக்கு எங்கட சனத்திட்ட காசு தெண்டி காந்தியின் கையில் லட்ச ரூபா கொடுத்தவர்கள் தம்பி. அதைப்பற்றி இப்ப யாருக்கு மோன தெரியப் போகுது? இத்தனை ஆண்டுகளுக்குப் பிறகு நான் மட்டும் திரும்பக்காரணம் என்ர நண்பி அதே கிராமத்தில வாழ்கிறாள் என்ற சேதி கிடைத்தது. இத்தனை ஆண்டுகளும் அவளை நினைக்காத நாளில்லை.

நம் ஊரை விட்டு வெளிக்கிடேக்க அவளுக்கு ஒரு பெண் குழந்தை பிறந்திருந்தது. ஆனால் அவள் காதலித்து திருமணம் செய்த மனுசன் யாராலோ கடத்தப்பட்டு விட்டிருந்தார். அவள் ஒரே அழுகையாய்

இருந்தவள். பள்ளியில் படிக்கேக்க நான் முதலாம் பிள்ளையாக வந்தால் அவள் இரண்டாம் பிள்ளையா வருவாள். நான் இரண்டாம் பிள்ளை என்றால் அவள் முதலாம் பிள்ளையா வருவாள். இருவரும் வேறு யாருக்கும் அந்த இடத்தை விட்டுக் கொடுக்கவில்லை. குடும்ப ரகசியங்களையும் நாம் பகிர்ந்து கொண்டோம். தோற்றத்தில் கூட இருவரும் ஒத்து போனோம். அப்போது பள்ளிக்கூடம் பூராவும் எங்களை ''இரட்டை இராட்சசிகள்'' என்று தான் சொல்லுவினம்.

நான் அவளை விட்டு பிரியேக்க என் மகன் மயூரனுக்கு இரண்டு வயது. அவள் மகள் பச்சைக்குழந்தை. அவள் பிறந்த மணம் மாறாத அந்தக்குழந்தையை மடியில வைச்சுக்கொண்டு வனசா இந்தப்பிள்ளையும் நானும் என்ன சொய்யப்போறோமோ தெரியேல்ல'' என்று சொன்னதும் அவளை கட்டிக்கொண்டு இருவரும் அழுதது என் மனதில் அப்பிடியே இருக்குது. 'அம்பி, மயூரனுக்கு' இவளைத்தான் கட்டிக்கொடுக்கிறது. எப்படியாவது நான் எங்கிருந்தாலும் வருவன். நீ காத்திரு. ஒருபோதும் உன்னை மறக்கமாட்டன்' ல என்று சொல்லிப்போட்டு அந்த பெண் குழந்தையை வாரியெடுத்து அணைத்து வெளிக்கிடும்போது அந்த குழந்தை என் ஆட்காட்டி விரலை விடவே இல்லை. அவர்களின் படலை தாண்டி நான் வரப்பட்ட பாடு கொஞ்ச நஞ்சமில்லை.

கனடா வந்த பிறகு ஊரில் நடந்த ஓவ்வொரு இரத்தக்களறியிலும் கனகாம்பிகையும், குழந்தையும் என்ன பாடோ? அவர்கள் உயிரோடு இருப்பார்களோ ? என்று நினைத்தவாறே இருப்பேன்.

''பிறகு?''

கனடா வந்து மொன்றியலில் குடியேறினோம். சகோதரம், சொந்தபந்தம் என்று எல்லோரும் கனடா வந்துவிட்டார்கள். நாங்கள் இருந்த வீடு அந்த ஊரிலேயே பெரிய வீடு. முதலில் போராளிகள் இருந்தார்கள். பிறகு ஐ. சி. ஆர். சி இருந்தார்கள். பிறகு 1999 இல் கிபிர்

விமானத்தால் எங்கள் வீட்டை தாக்கி அது தரைமட்டமாய் கிடந்ததை அப்போது பி. பி. சி இல் பார்த்து தெரிந்துகொண்டோம்.

நாள்பட.. நாள்பட இலங்கைய பற்றி நினைப்பதே நின்றுபோனது. அம்பியையும், குழந்தையும் நினைத்தால் கடும் கவலைதான் வரும். அண்மையில் ரொரன்ரோவில் ஒரு விழாவில் எங்கள் ஊரைச் சேர்ந்த, அந்த காலத்தில் கனகாம்பிகையை காதலிக்க முன்னும் பின்னும் திரிந்த ஒருவரைச் சந்தித்தேன். அவர் கனடாவில் பெரும் பணக்காரர். அவரிடம் கேட்டால் கனகாம்பிகை பற்றி தெரியும் என்று விசாரித்தேன். அவர், அவள் யுத்தத்தில் இருந்து மீண்டு ஊரில் மீள் குடியேறி வாழ்வதாகவும் தேடிப் போனபோது வீட்டு முத்தத்தில் (முற்றம்) வைத்துப் பேசிவிட்டு அனுப்பி விட்டதாகவும், தான் பணம் கொடுத்தபோது அதை விரும்பவில்லை என்றும் தனக்கு அவமானமாக போய் விட்டது தான் வந்து விட்டேன் என்று சொன்னார். கனகாம்பிகையின் மகள் பற்றிக் கேட்டேன். மகள் இருப்பது பற்றி தனக்கு தெரியாது. ஆனால் அவள் வாழும் இடம் அவர்களின் தோட்டக்காணியில் சிறு வீட்டில் வாழ்வதாக கூறினார். எனக்கு உடலெல்லாம் உவர் நீர் சுரந்து அடுத்த நொடியே அங்கு செல்ல வேண்டும் என்று தோன்றியது. விபரத்தை மகனுக்கு கூறியபோது உடனே ரிக்கற் போட்டுத்தந்தான். அப்படித்தான் என் நண்பியையும் அவள் மகளையும் பார்க்க இலங்கைக்குப்போனேன்.''

''அப்ப, உங்கட மகன் திருமணம் செய்து விட்டாரா?''

''இல்லைத் தம்பி. அவனுக்கு இப்ப மயூரன் பெயரில்லை. ஆவனை பள்ளியில் சிறு வயதில் இருந்து எல்லோரும் மாயோன்... மாயோன் என்று கூப்பிட்டினம். அவனுக்கும் அது பிடித்துப்போய் விட்டது. பிறகு நாங்கள் அகராதியெல்லாம் ஆராய்ந்தால் மாயோன் நல்ல தமிழ்ப்பெயர்தானே? கனடிய குடியுரிமை பெற்றபோது மாயோன் என்றே பெயரை மாற்றிவிட்டோம். என்ர மகன் முதலில் தத்துவம்

படித்தான். பிறகு உயிரியல் படித்தான். பிறகு இயற்கையியல் படித்து அதில் அவன் எழுதிய காலநிலை பற்றிய கட்டுரை பெரிய விஞ்ஞானிகளின் தொடர்பை அவனுக்கு ஏற்படுத்தியது. காசுக்காக வேலைக்கு போக முடியாது என்று அடம்பிடித்துக்கொண்டு எப்போதும் படித்துக்கொண்டே இருப்பான். காலியான வயது வந்தும் அவனுக்கு அதைப்பற்றி கவலையில்லை. 'பூமி ஆபத்தை நோக்கி நகர்கிறது. இந்தத்தலைமுறைக்கான இயற்கையை மீட்டெடுக்கும் பெரும் சண்டையை நாம்தான் செய்யவேண்டும்' என்று எனக்கு புரியாத பல விசயங்களை சொல்வான். எனக்கு சிலநேரம் பயம் பிடித்துவிடும்.

அவன் ஆசைப்பட்டது போல கனடிய-அமெரிக்க அரசாங்கங்கள் சேர்ந்து வடதுருவ பாதுகாப்பு ஆராட்சி விஞ்ஞானிகள் குழுவில் ஒருவனாக கனடாவின் யூகொன் என்ற இடத்தில் இருக்கிறான். அந்த இடத்துக்கு மொன்றியலில் இருந்து விமானம் மூலம் செல்வதானால் பத்து மணிநேரம் பிடிக்கும். அங்கு கடும் குளிர். அவன் சொல்லும் கதைகளைக் கேட்டாலே எனக்கு உடலெல்லாம் நடுங்க ஆரம்பித்துவிடும். இலங்கையை விட எட்டு மடங்கு பெரிய அந்த கனடிய மாவட்டத்தில் நாற்பத்தி ஐஞ்சாயிரம் சனம் தான் இருக்குதெண்டால் யோசித்துப்பாரன் தம்பி. மகன் காதலித்ததாகவும் தெரியவில்லை. அவனுக்கு முப்பத்தி ஏழு வயதாவதை நினைத்தால் எனக்கு கவலைதான். மகனிடம் சிறு வயதிலேயே நண்பி அம்பியைப் பற்றியும், அவள் மகள் பற்றியும் கூறியிருக்கிறேன். அம்பி பற்றி அறிந்தபோது அவள் பற்றிச் சொல்லி ' சிலவேளை அவள் மகள் திருமணம் செய்யாது இருந்தால் நீ அவனை திருமணம் செய்வாயா?' என்று கேட்டேன். நான் எதிர்பார்க்கவில்லை 'அந்தப்பெண் இப்போதும் இருந்தால் நான் திருமணம் செய்கிறேன்' என்று சொல்லி விட்டான். எனக்கு சந்தோசம் தாங்கமுடியவில்லை. இந்த சந்தோசத்தோடுதான் இலங்கை போனேன்.''

''கனகாம்பிகையை கண்டீர்களா? மகனுக்கு மருமகள் கிடைத்தாளா?''

வனசாவின் முகம் சிவக்க ஆரம்பித்தது. பேச்சு வரவில்லை. முன் கண்ணாடியால் பார்த்தபோது துன்பச்சாக்கை கட்டிவிட்டதுபோல் உதடுகள் குவிந்திருந்தது. வார்த்தைகள் வராதபோது கண்கள் முட்டி நின்றது. இடது கையால் அதை ஒற்றி எடுக்கிறார். நான் அமைதியாக வண்டியை ஏகாந்த நிலையில் செலுத்தினேன்.

''ஊருக்குப்போய் கனகாம்பிகை இருப்பதாகச் சொல்லப்பட்ட அவர்களின் தோட்டக்காணியில் இருந்த இடம் அடைந்தேன். ஓர் சிறு வீடு. பனமட்டை கட்டிச்செய்த கதவு. வீடு பூட்டப்பட்டிருந்தது. பெட்டிகளை திண்ணையில் வைத்துவிட்டு அயல் வீட்டில் சென்று விசாரித்தேன். கனகாம்பிகை கூலி வேலைக்கு சென்றிருப்பார் வருவார் என்றார்கள். நினைவுகளோடும், ஏக்கத்தோடும் அவளின் திண்ணையில் காத்திருந்தேன். பொழுதுபடும் நேரம் படலை திறந்து அவள் வந்தாள். அவள் என்னைக்கண்டு கத்திவிட்டாள். இருவரும் மணிக்கணக்காக முதலில் அழுதோம். அம்பிகை ஒரு தாமரை போல இருக்கவேண்டியவள் கப்பியில் தொங்கும் கயிறுபோல இருந்தாள். நான் தன்னைப்பார்க்க வருவேன் என்று ஒருபோதும் நினைக்கவில்லை என்றாள். பின்பு அயல் வீட்டில் ஓடிச்சென்று கறி வேண்டி வந்தாள். தடபுடலாக உணவு தயாரிக்க ஆரம்பித்தாள். நான் முப்பத்தி ஐந்து ஆண்டுகளின் பின் கிணற்றில் அள்ளிக்குளித்தேன். மகளைப்பற்றி எப்படிக்கேட்பது என்று தெரியாமல் இருந்தது. இளம் பெண் வாழும் தடயங்கள் அந்த வீட்டில் இல்லை. சிலவேளை மகள் திருமணம் செய்து வேறெங்கும் வாழலாம் என்று நினைத்துக்கொண்டேன். இருவரும் சாப்பிட உட்கார்ந்தோம். அப்போதுதான் ''அம்பி மகள் எங்க?'' என்றேன். அந்த வீட்டில் அவள் கணவனின் படம் மட்டும்

மாலையிடப்பட்டிருந்ததால் என் மனதில் தைரியம் இருந்தது. அம்பி எழுந்தாள். என்னைக் கை பிடித்து அறைக்குள் அழைத்துப்போனாள். அங்கு ஒருவரும் இல்லை. சாமியறையில் இரண்டு சாமிப்படங்கள் இருந்தன. மலர் வாசனையும், அகில் வாசனையும் அந்த குடிசை அறையை நிறைத்திருந்தது. அம்பி அதில் ஒரு சாமிப்படத்தை எடுத்து பின்பகுதியைத் திருப்பினாள். கறுப்பு வெள்ளை படத்தில் வரி உடையுடன் ஒரு இளம் பெண் கனகாம்பிகை இளமையில் இருந்த தோற்றத்தில் புன்னகைத்தபடி இருந்தாள்.

பெயர்: கேணல் இதயக்கனி

வீரச்சாவு : 04-04-2009

இடம் : ஆனந்தபுரம் என்றிருந்தது தம்பி''

என்றவர் விம்ம ஆரம்பித்தார். அந்த வாய்மூடி அழும் சத்தம் கேட்டு என் இதயம் தொண்டைக்குள் வந்து அடைத்துவிட்டதுபோல் இருந்தது.

என் வீடு வந்திருந்தது. என் மனைவி வனசாவிற்கான அறையை தயார் செய்திருக்கக்கூடும். இரண்டு நாட்களுக்குள் மீதிக்கதையை அவள் கேட்கட்டும். அவர் எம்மை விட்டு பிரியும்போது எம் பெண் குழந்தைக்கு ஏதாவது வாக்குறுதி கொடுத்துவிட்டு கனடா செல்லக்கூடும். அதை அவர் நிறைவேற்றுவார்.

சர்வ நிச்சயமாக அதுதான் எனது கடைசிச் சவாரியாக இருக்கும்

நிலவின் கதை

அவனுக்கு மூன்று பெண்களும் முக்கியமானவர்கள். ஒரு பெண் அருகில் வாழ்வது அவஸ்தையானதுதான். அதை சரி செய்ய அவனால் இனி முடியாது. அவன் இதைத் தீர்மானிக்கவில்லை. அந்த மூன்று பெண்களும் தான் அவனை தீர்மானித்தார்கள். ஆதாமின்எதிர்காலத்தை ஏவாள் தீர்மானித்தது போல.

இங்கே ஒரு பெண்ணை பற்றித்தான் சொல்லப் போகிறேன். ஏனென்றால் அவள் நிலவு. அவன் இருட்டாய் இருந்த போது சுடாத வெளிச்சத்தை கொடுத்தவள். மற்ற பெண்களில் ஒருத்தி பூமி போன்றவள். மற்றவள் சூரியன் போன்றவள்.

அந்த நிலவுக்கு பெயர் 'பஸ்கலின்'. சோவியத் யூனியனிலிருந்து உடைந்த நிலத்தை பூர்விகமாகக் கொண்ட, உடையாத நிலவு அவள். பாரிஸ் நகரத்தை அழகாக்கிக் கொண்டிருந்தாள். பேரழகி பட்டத்துக்கான எல்லா விதிகளுக்கும் தயாராகிக் கொண்டிருந்தது அவளது உடல்.

பல்கலைப் படிப்பை ஒரு வருடம் ஆறப்போட்டு விட்டு தன் கல்வியை தொடர இந்தப் 'பணம்' என்ற பேயை விரட்டிப் பிடிக்க அந்த உணவகத்தில் பரிசாரகியாக வேலை செய்து கொண்டிருந்தாள்.

அவளுக்கு 18+ ஆனதும் பெற்றோர் கூண்டிலிருந்து தட்டிவிடும் தாய்ப்பறவை போல் வார்த்தைகளால் தள்ளிவிட்டார்கள். அவளே அவள் இறகுகளை தயாரித்துக் கொண்டிருந்தாள்.

+

தாசன், இலங்கையின் வடக்குப் பகுதியில் குண்டுச் சத்தங்கள் இடையே பிறந்தவன். அந்த அரசாங்கம் இவன் பகுதிகளுக்கு விமானங்களை அனுப்பிக் கொண்டிருந்தது. எங்கு குண்டு போட்டாலும் அரசாங்கத்துக்கு நட்டமில்லை. அங்கு தமிழர்கள் மட்டுமே இருந்தனர். இவனும் நீண்ட சீவன் எல்லா குண்டுகளிலிருந்தும் மீண்டு, பரிசின் உணவுவிடுதியில் வேலைக்கும் சேர்ந்துவிட்டான்.

பாரிசில் அகதித்தமிழர். உணவகங்களில் சமையல் வேலையில் சேர்ந்து விடுவதில் விற்பன்னர்கள். ஊரில், 'சோறு தாச்சியில் சமைப்பதா? நீத்துப்பெட்டியில் அவிப்பதா?' என்று கேட்பவனும் இங்கு சில ஆண்டுகளில் தலைமை சமையலாளனாகி விடுவான். அவர்கள் தலையில் தேங்கி உள்ள கடனும், பிரெஞ்சு மொழி தெரியாததால் சமையல் அறை கொடுக்கும் மொழிப் பாதுகாப்பும், அவர்களை அந்த வேலையை தேடி படையெடுக்கச் செய்தது.

தாசன் வேலைக்கு செல்லும் ஆரம்பநாட்களில் அந்த உணவகத்தின் பிரதான வாயிலால் செல்வதை அறவே விரும்புவதில்லை. கள்ளவாசலை தேடி பின்பக்கத்தால் நுழைந்து தன் வேலை அறைக்குள் சென்று விடுவான். அது அவனுக்கு பழக்கப்பட்டதுதான். நாட்டை விட்டு வெளியேறியபின் எத்தனை கள்ளவாசல்களை அவன் கடந்து இருக்கிறான் எல்லாவற்றிற்கும் ஒரு பயம் தான் காரணம்! பிரதான வாயிலால் சென்றால் அங்கு நிற்கும் இளம் பரிசாரகிகளுக்கு பொன்சூர் (வணக்கம்) சொல்வது மட்டுமில்லாமல், அவர்கள் கன்னங்களில் தன்

கன்னங்களால் ஒத்தடம் கொடுத்து உதடுகளால் பல்லி சத்தமிடுவது போல மெல்லிய சத்தமிட்டுச் சலூ, சவா ?(நலமா) என்று கேட்பது பிரெஞ்சு மக்களின் நடைமுறை. சமவயது பெண்களோடு பேசினாலே பிள்ளை வந்துவிடும் என்ற அசையாத நம்பிக்கை கொண்ட தாசனால் இது முடியவில்லை.

+

இவன், தங்களை சந்திக்காமல் எப்படி உணவகத்துக்குள் நுழைகிறான்! என்பதை நோட்டமிட்டு, இவன் உளவியல் ஜாதகத்தை எல்லோருக்கும் 'தலைப்புச்செய்தி' ஆக்கிய பெருமை பஸ்கலினுக்கு உண்டு. அந்த சம்பவத்திலிருந்து இருவருக்கும் ஒரு பற்றுதல் உருவானது.

எதற்கெடுத்தாலும் தாசன் ஆங்கிலத்தில் பேச முற்பட்டான். ஒருநாள் அவள் உதடுகளால் கொடுத்த அறையிலிருந்து ஆங்கிலத்தில் பேசுவதை கைவிட்டுவிட்டான்.

அவள் சொன்னாள்:

"நீ இப்போது வாழ்வது பிரான்ஸ். இங்கு எப்படி நீ ஆங்கிலம் பேசுவதை எதிர்பார்க்கமுடியும்?"

"என் நாட்டை பிரெஞ்சுக்காரர் ஆளவில்லையே?"

"தாசன் உன் ஒருவனுக்காக பிரெஞ்சுக்காரர் ஆங்கிலம் கற்க முடியாது. எனது பெற்றோர் உக்கிரேனில் உள்ள செர்னோபில் பகுதியைச் சேர்ந்தவர்கள். நாங்களும் அகதி தான். இந்த மண்ணின் மொழியைத் தானே நாம் பேச வேண்டும்?"

"சரி நீ எனக்கு உதவ முடியுமா?"

"நிச்சயம்!"

இப்படித்தான் அவர்கள் உறவு ஆரம்பித்தது.

+

அவள் ஒரு பிரெஞ்சுக்காரி இல்லை. 'வெள்ளையாய் இருப்பவர் எல்லோரும் ஆங்கிலேயர்' என்ற சிந்தனை சிதறியது போல, பிரான்சில் வெள்ளையாய் இருப்பவர் எல்லோரும் பிரெஞ்சுக்காரர் இல்லை என்ற அறியாமையும் அகன்றது.

தாசனிடம் அத்திவாரம் இட்டிருந்த கலாச்சார, மொழிக் கூச்சத்தை பஸ்கலின் சிதறடித்துக் கொண்டிருந்தாள். தன்னைவிட நான்கு வயது குறைந்த பெண்ணால் இத்தனை தைரியமாக இருந்துவிட முடிந்தது அவனை ஆடவைத்தது.

ஒரு அகதியின் மனநிலையை அறிந்து கைதேர்ந்த சாத்திரக்காரிபோல் செயற்பட்டாள். அந்த உணவு விடுதியில் ஞாயிற்றுக் கிழமைகளில் அதிக மக்கள் வரமாட்டார்கள். அமைதியாக இருக்கும். அந்த நாட்களில் சமையலறையில் தாசன் மட்டுமே வேலை செய்தான். சில நாட்கள் செல்ல தானே விரும்பி ஞாயிற்றுக் கிழமையில் பஸ்கலின் வேலை செய்ய ஆரம்பித்தாள். அங்கு அவர்கள் இருவரும் வேலை செய்தார்கள். அதை விட நிறைய கதைகளை பகிர்ந்தார்கள். அவளை முழுமையாக அறிய ஞாயிற்றுக் கிழமைகள் உதவின.

+

அவளுக்கு ஒரு வயதாக இருந்த போது சோவியத் யூனியன் என்ற சிகப்பு பேரரசு உடையும் ஏற்பாடுகளைச் செய்து கொண்டிருந்தது. உக்ரைன் பகுதியில் அவர்கள் வாழ்ந்தாலும் அங்கும் அகதியாகவே இருந்தனர். அவர்கள் பெற்றோர் செர்னோபில் பகுதியைச் சொந்த இடமாகக் கொண்டவர்கள். 1986 சித்திரை 26 இரவு 1மணி 53 வது நிமிடத்தில வெடித்த அணு உலையால் அவர்கள் விஞ்ஞான

அகதிகளாக வாழ்ந்து வந்தனர்.

தாயும் தந்தையும் பிள்ளை பெற்றுக்கொள்ள மூன்று வருடமாக பயந்திருந்தனர். அணுக்கதிர்த் தாக்கத்தால் செர்னோபில் மக்களின் குழந்தைகள் அங்க குறைகளோடு அதிகமாக பிறந்ததே அதற்கு காரணம்.

1989ல் பஸ்கலின் பிறந்து அவள், ‘பூரண பெண்ணாய்’ இருப்பதை உறுதிப்படுத்தியபின்னர்தான் அவளது தாய் உண்மையான மூச்சை விட்டாள். அதன் பின்னர் அவர்கள் பிள்ளை பெற்றுக் கொள்ள விரும்பவில்லை.

அணுவுலை வெடித்தபோது, திருமணமாகி வயிற்றில் ஆறு மாத சிசுவை அவளது சித்தி ‘லூட்மில்லா’ தாங்கி இருந்தாள். அவள் காதல் கணவன் தீயணைப்பு படையில் வேலை செய்த அன்றைய சோவியத்தின் அழகான இளம் வீரர். அணுஉலை தீயை அணைக்கச் சென்ற அவரும் அவர் குழுவும் ஒரு மாதத்தில் மொஸ்கோவில் அணுக்கதிர் வைத்திய சாலையில் இறந்து போனார்கள்.

அவர் இறக்கும் தருணம் மட்டும் வைத்தியர்களுக்கு தனது வயிற்றில் குழந்தை இருப்பதைகாட்டி கொள்ளாமல் தன் கணவரை உடன் இருந்து பார்த்துக்கொண்டாள் லூட்மில்லா. அவள் கணவன் இறக்கும்போது அந்த உடல் 1800 கதிரலையைக் காட்டியது. 400 கதிரலையே ஆபத்தானது. லூட்மில்லாவுக்கு அப்போது 23 வயது. வயிற்றில் வளர்ந்த குழந்தை 800 கதிரலையோடு பிறந்து 4 மணிநேரமே உயிர்வாழ்ந்தது. அந்த கொடும் அனர்த்தத்தால் ஏழு மில்லியன் செர்னோபில் மக்கள், எந்தப் பொருட்களையும் எடுக்காமல் ஏதிலிகளாக வெளியேற்றப்பட்டனர்.

இப்படியான தனது கதைகளை அவள் கூறும்போது மணமகள் கைகளில் மலர்கொத்து இருப்பதைப் போல அவள் கைகளில் நுரை

நிறைந்த பீர் இருக்கும். "சோவியத் யூனியனில் பொறியியலாளராக இருந்த தன் தந்தை இங்கே பாரவூர்தி ஓட்டுனராக மகிழ்ச்சியாகத்தான் இருக்கிறார் என் அம்மாவோடு.' என்று சொல்லி முடிப்பாள். சிரித்துக்கொண்டே. கண்கள் சிவந்திருக்கும் 'அந்தி வானம்' போல. அது பீரின் விளையாட்டா? நிலமிழந்த வலியின் விளையாட்டா? என கடைசிவரை அறிய முடியவில்லை.

+

வழமையாக தாசன் இரவு 11.42 மணிக்கு இறுதி மின்வண்டியை பிடித்துவிடுவான். அதிகாலை 1.30 மணியளவில் தங்குமிடம் சென்றடைவான். அன்று வேகமாக ஓடிச்சென்று தடை தாண்டியபோதும் மின்வண்டி கதவை பூட்டி விட்டது. அடுத்த மின்வண்டிக்காக குளிர் இரவில் ஆறு மணி நேரம் காத்திருக்க வேண்டும். வேறு வழியற்று 'உணவகத்தில் தங்குவோம்' என்று திரும்பி வந்தான். உணவு விடுதியை பூட்டிவிட்டு பஸ்கலின் வெளியேறிக் கொண்டிருந்தாள்.

"என்னை உள்ளே விட்டு பூட்டிவிடு"

"ஏன்"

"என் மின்வண்டி (le train) சென்றுவிட்டது"

"மன்னித்துவிடு, எனக்கு அதற்கு அனுமதியில்லை"

"அப்படியா"

"நீ ஏன் என் அறையில் இந்த இரவைப் போக்கக்கூடாது?"

"இல்லை.. இல்லை.. நான் வேறு வழி பார்க்கிறேன், நன்றி"

"என்ன வழி சொல்லு"

"புகையிரத நிலையத்தில் நிற்பேன்."

''இரவு பூராவுமா?''

''உனக்கு உண்மையான நோய்தான்''

''இல்லை.. இல்லை..''

''தாசன்! என் அறை அருகில்தான் இருக்கிறது. நீ தாராளமாகத் தங்கலாம். உன்மீது எனக்கு நம்பிக்கை உண்டு. வந்துவிடு. நான் உன்னை சாப்பிடப் போவதில்லை'' என்று பனிக்கட்டிச்சிரிப்பை பெய்தாள்.

அவன் மீண்டும் மறுத்தான். பால் கறப்பதற்கு கன்றை இழுத்துக் கட்டுவதுபோல அவனை இழுத்துக்கொண்டு போனாள். அவன் உள்ளங்காலும் வியர்த்தது.

அவளைப் போல் அவள் அறை மிக நேர்த்தியாக இருந்தது. சிறிய இடத்தில் நிறைந்த ஒழுங்குகளோடு அறையை அமைத்திருந்தாள். புத்தகங்களும், ஓவியங்களும் நிறைந்திருந்தது. அவன் வாழ்நாளில் கண்ட அழகான அறை அதுதான் உறுதியாகச் சொல்லலாம்.

இரண்டு அழகான குவளையில் பீரும், இறைச்சி வத்தல்களோடும் வந்தாள்.

''இல்லை நான் பீர் குடிப்பதில்லை.''

''வைன் இருக்கிறது, தரவா?''

''இல்லை.. இல்லை நான் அற்ககோல் பாவிப்பதில்லை''

உலகிலேயே அதுவரை பார்த்திராத அதிசய பூச்சியை பார்ப்பது போல பார்த்தாள்.

''தாசன் நீ இன்னும் பாரிசில் வாழவில்லை. நீ இன்று பீர் குடிக்கிறாய்! என் அறை பீர் குடிக்காதவர்களை விரும்புவதில்லை. நீ 'பக் பக்' அதிசயம்தான்'' (பிரான்சில் இந்தியத்தோலை குறிக்கப் பயன்படும்

குறிச்சொல் 'பக் பக்' இது பாகிஸ்தானியரால் தோன்றியது).

அழகான சூழலில், ஒரு அழகியின் வாசத்தில், வெண்ணிற நடு இரவில் தன் வாழ்வின் முதல் பீரை தாசன் அருந்தினான். அப்போது அவள் கேட்டாள்:

''ஏன் நீ அகதியானாய்?''

'நான் பிறந்து மூன்று மாதத்தில் என் தந்தை வயலிலிருந்து உழவு வண்டியில் வந்த போது, ராணுவம் சுட்டு விட்டு அவரை போராளி' என்று அறிவித்தது. அவர் ஏற்றிவந்த நெற்கதிரை போட்டு அவரை எரித்து விட்டார்கள்.

அப்போது என் அக்காவிற்கு நான்கு வயது. அவள் 18 வயதுக்கு சில மாதம் இருந்தபோது போராளிகளுடன் சேர்ந்து விட்டாள். அத்தனை அமைதியானவளா ஆயுதம் தூக்கினாள்? என்பதை என்னால் இன்றுவரை நம்ப முடியவில்லை. அவளுக்கு இப்போ எட்டுவருட போராட்ட அனுபவம்.

என் தாய் 'எங்கேயோ போய் உயிர் வாழ்' என என்னை அனுப்பி விட்டாள். யுத்தம் அங்கு ஆரம்பம் ஆகிவிட்டது. இந்த ஆண்டு அரசாங்கம் பேச்சுவார்த்தை முறித்து போராளிகளை அழிப்போம் ! என்று சத்தியம் செய்து இருக்கிறது. நான் கோழை போல உயிரைக் காத்து உன்னோடு பீர் குடிக்கிறேன்.

அவன் கண்களை விட அவள் கண்கள் கலங்கி இருந்தது. அவள் அவனுடைய கரங்களைப்பற்றித் தன் சிவந்த உதடுகளால் உயிரின் ஆழமான ஒரு முத்தத்தை வைத்தாள். பீர் குறையக் குறைய மூன்று மொழிகளை குழைத்து தன் கதைகளை புரியவைத்தான்.

''இலங்கை தீவில் இத்தனை கொடூரங்களா? தான் அறியவில்லையே!'' என்று அவதிப்பட்டாள்.

பசியில் வாடிய பிள்ளை பால் குடித்ததுபோல பீரை உள்ளிழுத்து

''உன் போராளிகள் வெற்றி பெற்றால் நீ சென்றுவிடுவாயா?'' என்றாள்.

''ஆம் நிச்சயம். நம் நாட்டை கட்டியமைக்க நிறைய மனிதர் தேவை, நீயும் வரலாம்'' என்றான். அடுத்த ஆண்டோடு பேரழிவு நிகழ்ந்து போராட்டம் மௌனமாவதை அறியாமல்.

+

அதற்குமேல் தாசனுக்கு நினைவுகள் இல்லை. விடிந்தபோது காற்று அடைத்த மெத்தையில் தூங்க வைக்கப்பட்டிருந்தான்.

மின்சாரம் தாக்கியவனைப்போல புறப்படத் தயாரானான்.

தேவதை கையில் பிரெஞ்சு கபே (café) வாசனையோடு வந்தது. அதிகாலையில் ஒரு வெதுவெதுப்போடு சொக்லேற் மறைத்த பாணை (pan au chocolat) தாயின் பரிவோடு கொடுத்தாள். பெண்மை நிறைந்து வழிய ''உன் கதைகளை கேட்டு உன் இரவை நோகவைத்துவிட்டேன்'' என்றாள்.

தாசன், மனமின்றி படியிறங்கி வரும்போது, கையசைத்து இறுதியாய் இதயத்தால் ஒன்று சொன்னாள்,

''ஒருநாள் உன் நிலத்தை நீ அடைவாய்!''

தாசனாலும் அவளுக்கு ''நீயும் ஒருநாள் உன்னிலத்தை அடைவாய்'' என்று சொல்ல முடியவில்லை. ஏனெனில் அவள் சௌ்னோபில் செல்வதானால் 45000 ஆண்டுகள் காத்திருக்க வேண்டும்.

குற்றமும் - தண்டனையும்

ஒரு பெண்ணை அனுமதி இன்றித் தொட்டது தவறு. அதை நான் செய்திருக்கக்கூடாது. 5 வருட கடுங்காவல் தண்டனையும், ஒரு லட்சம் யூரோ அபராதமும் தண்டனையாகப் பெற்றேன். வெர்சை (versailles) என்ற இடத்தில் இருக்கும் உயர் நீதிமன்றத்தில் இந்த தீர்ப்பை 40 வயதை ஒருபோதும் எட்டமுடியாத அழகான பெண் நீதிபதி வாசித்தார்.

எனக்கு இந்த தீர்ப்புக் கிடைக்கும் என்று என் தரப்பில் அரசாங்கத்தால் இலவசமாக வாதாட அனுப்பிய, குட்டி வெள்ளை யானை தோற்றத்தை வைத்திருந்த பிரான்ஸ்சுவா சொல்லிவிட்டார்.

எனக்கு புரியாத மொழியில் நிறைய சட்டங்களை வாசித்து தீர்ப்பை வழங்கிய நீதிபதியை நான் உண்மையில் மனதார விரும்பி விட்டேன். அவ்வளவு அழகு. தமிழில், 'கொவ்வைப்பழ உதடுகள்' என்று புலவர்கள் புழுகுவார்கள். எனக்கு அப்போது சிரிப்புதான் வரும். அதை நான் இலங்கையிலோ, அகதியான எந்த நாட்டிலுமோ காணவில்லை. அந்த இளம் நீதிபதியிடமே கண்டேன்.

என்னிடம் அவருக்கு கருணை இருந்தது தெரிந்தது. ''குற்றவாளியின் சூழ்நிலையையும், குற்றம் நிகழ்ந்த சூழலையும்

கருத்தில் கொண்டு ஒரு லட்சம் யூரோ தண்டப் பணத்தை நீக்குவதாக'' தீர்ப்பின் முடிவை அவர் வாசித்தார்.

அப்போது நீதிபதியை கட்டி அணைக்க வேண்டும் போல் இருந்தது. தண்டப்பணத்தை ''ஆயுட்காலம் முழுவதிலும் நான் கட்ட மாட்டேன்'' என்று என் வங்கித் தரவுகள் ஏற்கனவே சொல்லியிருக்கும்.

இருந்தபோதும், 'என்னை அந்த நீதிபதி விரும்புகிறார்' என்று நினைத்துக் கொண்டேன். ஐந்து ஆண்டு கழிந்ததும் நாம் காதலர்களாக கூட மாறலாம். இப்படியான கடுமையான மன நிலையில் கற்பனைகளை கூராக்கி வைத்திருந்தால் மட்டுமே சிறை வாழ்க்கையை கடக்க முடியும்.

+

அந்த வெட்கக்கேடான சம்பவம் பாரிசில் உள்ள பிகால் (pigalle) என்ற இடத்தில் இரவு இரண்டு மணிக்கு நடந்தது. என்னால் பாதிக்கப்பட்ட பெண் இருபது வயதை எட்ட காத்திருந்த Mathilde. அந்த வேளையில் அவளின் தோழி catchy யும் உடன் இருந்தாள். அந்த பாதகத்தியால் அதை தடுத்திருக்க முடியும்.

அவர்கள் பெயர்களை நீதிமன்றத்தில் தான் நான் அறிந்தேன். நீதிமன்றத்தில் என் பிணக்கில் சம்பந்தப்பட்ட எல்லோரும் அழகாக இருந்தார்கள். இந்த அழகு செய்யும் வேலை, கொஞ்ச நஞ்சமில்லை. பிகால் என்ற பகுதி இன்று நேற்றல்ல, மன்னர் காலம் தொட்டு அழகிகள் உலவும் பகுதி.

விளக்கமாகச் சொன்னால் ஐரோப்பிய சொப்பனசுந்தரிகள் ஆடை துறந்து அழகைமீட்டும் அழகிகள் சந்தை அது. ஆங்கிலேயர்கள் இந்தியாவை ஆக்கிரமித்திருந்த காலத்தில் கூட இந்திய மன்னர்கள் இங்கு வந்து சல்லாபம் கொட்டியிருக்கிறார்கள். ஒருபடி மேலே போய்

ஐரோப்பிய அழகிகளின் போதையில் நாறிக்கிடந்ததை வரலாறு பதப்படுத்தி வைத்திருக்கிறது.

இப்படிப்பட்ட இடத்தில்தான் என் வாழ்வின் மோசமான காரியத்தை நான் செய்தேன். அதிலும் 'பெண்கள் பாதுகாப்பில் உலகின் முதல் நாடு' என்று எல்லாத் தரவுகளும் சொல்லும் பிரான்சில் அதைச் செய்தது, இராவணன் வீட்டில் வீணை உடைத்த கதையாகிப்போனது.

நான் என்ன செய்ய? என் உணர்வுகள் ஆயிரம் வோல்டேஜ் மின்சாரம் தாக்கியவனின் செய்காரியமாக ஒரு நொடியில் ஏற்பட்ட ஒன்று. என்னை, திட்டமிட்ட கெட்டவன் என்று நீங்கள் நினைக்க வேண்டாம். இயற்கையான உணர்வுகளை செயற்கையாக கட்டுப்படுத்த முடியாது.

நான், சிறுவயதில் உலகின் உயர்ந்த புத்திமதிகளால் வளர்க்கப்பட்டவன். அதை அட்டவணைப் படுத்தினால் நவீன ஆத்திசூடி எழுதலாம். அந்த புத்திமதிப் புலவர் என் அம்மாதான். இரண்டு தலைப்பில் அம்மா அவற்றை பாடுவார். ஒன்று, அப்பா இல்லா பிள்ளை சரியாக வளரவில்லை என்று யாரும் சொல்லக்கூடாது. இரண்டாவது, வாழ்க்கையில் கோட், போலீஸ் ஸ்ரேசன் என்று ஒருபோதும் கால் வைக்கக்கூடாது.

இலங்கை தமிழனாக இருந்தும் என் கால்கள் அம்மாவின் கட்டளைகளுக்கு சிறு குறையும் ஏற்படாமல் பாதுகாத்தன. அதற்கு ஒரு பெரிய வாய்ப்பு இருந்தது. அப்போது எங்கள் பகுதியில் இலங்கை போலீஸ் நுழையவே முடியாது. ஏன் உலகப் போலீஸ் கூட தொடமுடியாத பாதுகாப்பில் நான் இருந்தேன்.

என்ன செய்ய? நானாக வந்து பாரிஸ் போலீசின் வாசலையும், நீதிமன்றத்தையும், எல்லாவற்றிற்கும் மேலாக உயர்ந்த நாடொன்றின் சிறையையும் என் கால்கள் தொட்டுவிட்டன. அம்மாவை எப்படி எதிர்கொள்வதென்று தெரியவில்லை.

இதற்குள் தமிழ் சினிமா எனக்கு செய்த துரோகம் ஒன்றுதான் மகிழ்ச்சியை தந்தது. நீதிமன்ற நீதிபதிகளை வயதானவர்களாக கல்லில் செய்யப்பட்ட பூசணிக்காய் போலவும், ஆண்களாகவும் மட்டுமே காட்டுவார்கள். நானும் அதை நம்பி பயந்து போயிருந்தேன். வெர்சை உயர்நீதிமன்றம் ஏதோ இயேசு கோவிலில் மாதா சிலை போல அழகி ஒருத்தியை நீதிபதியாக வைத்திருந்தது. குற்றவாளிகள் எவ்வளவு கொடுத்து வைத்தவர்கள்? வெளியில் இருப்பவர்களுக்கு இந்த காட்சி கிடைக்குமா என்ன?

என்னை மிருகமாக மாற்றிய அந்த நிகழ்வுக்கு நீரூற்றி என் ஆசைகளை வளர்த்து சுட்ட தேங்காய் துண்டின் வாசத்தால் பொறியில் மாட்டிய எலி போல் என்னை ஆக்கியவனை உங்களுக்குச்சொல்லியே ஆகவேண்டும்! அப்படிப்பட்டவர்களிடம் அவதானமா இருக்கவேண்டும்.

+

அவன் பெயர் சஞ்சீவ். அவனை பாரிசின் மின்வண்டி நிலையத்தில் சந்தித்தேன். "அண்ணா நீங்கள் தமிழா?" என்றான். என் கையில் அ. மு எழுதிய 'நாடற்றவன்' புத்தகம் இருந்தது.

என்னைத் தமிழனாக அவன் தீர்மானிக்க நிறைந்த அங்க வஸ்திரங்கள் என்னிடம் இருந்தது. ஆனால் அவன் தமிழ் பேசியது எனக்கு அதிர்ச்சியைத் தந்தது. ஆபிரிக்கர்கள் தமிழ் பேசி நான் பார்த்ததில்லை. என்னருகே வந்து முதலில் கையை நீட்டினான். என் மூளை வலது கைக்கு தகவல் அனுப்ப மறந்த சிலநொடிகளுக்கு பின்னர் கைகொடுத்தேன்.

மின்வண்டி வந்ததும் என்னோடு அருகில் வந்து அமர்ந்தான். நான் நேராகவே சொன்னேன் "தம்பி, நான் தமிழனாக இருப்பது பார்த்தால் தெரிந்துவிடும். ஆனால் நீ தமிழ் பேசியதுதான் எனக்கு அதிர்ச்சியாக

இருக்கிறது. உன் முடி சுருளாமல் இருப்பதால் நான் நம்புகிறேன்'' கோபப்படுவானோ? என்ற பயம் இருந்தது. ஆனால் 32 பற்களையும் கண்காட்சிக்கு விட்டதுபோல் காதுவரை பற்கள் தெரிய வெடித்து சிரித்தான். அந்த சிரிப்பில் தான் எனக்கு வெடி வைத்தான். நாடற்றவனை மூடி வைத்துவிட்டு. மின்வண்டியின் வேகம் போல சக நாடற்றவனின் கதைகளை கேட்க ஆரம்பித்தேன்.

அவனுக்கு 28 வயது. இலங்கையில் எந்த ஊர் என்று கேட்டபோது, ஐந்து ஊர்களை கூறினான். எல்லா இடங்களிலும் இருக்கும் பேறு 28 வயதில் அவனுக்கு வாய்த்துவிட்டது. தாயின் பெயர் இந்திரா. தந்தை காமராசு. அண்ணன் இராசீவ், தங்கை பிரியங்கா. என்றான்.

''தம்பி உங்க குடும்பம் என்ன நேரு குடும்பமோ?'' என்றேன். அவனுக்கு புரிபடவில்லை. ''யார் நேரு?'' என்றான். இந்தியாவின் முதல் பிரதமர் நேருவின் குடும்பப் பெயர்களை சொன்னேன். ''அப்படியா? அப்படியா?'' என்று வாயை மூட மறந்துவிட்டான். எங்களோடு பயணம்செய்த 'ஈ' ஒன்று மணிக்கூட்டு திசையில் அவன் வாய்க்குள்ளால் சத்தமிட்டவாறு கடந்தது.

இந்திய ராணுவம் யாழ்ப்பாணத்தில் தமிழர்களை சுட்டு விளையாடியதற்கு முதல் (1987) தமிழர்கள் தங்களை இந்தியர்களாகவே உணர்ந்து இருப்பதை அவன் குடும்பப் பெயர்கள் எனக்கு அறைந்து சொன்னது.

பேசிக்கொண்டே நான் என் வேலை இடம் வந்து விட்டது என்று இறங்கிய போது அவனும் இறங்கினான். ''தம்பி எங்க வேலை?'' என்றேன். முகத்தை மிகச்சிறந்த குணச்சித்திர நடிகர் போல் மாற்றிக் கொண்டு ''அண்ண, எனக்கு விசா இல்லை. வேலையும் இல்லை. உங்களுடன் வேலை செய்யலாமா?'' என்றான். நான் இலகுவில் ஏமாந்துவிடும் பேர்வழி. ஏதோ பெரிய உதவியாளன் என்று என்னை

நானே புளுகியவாறு ''வாங்கோ தம்பி என்ர முதலாளியிடம் பேசிப் பார்ப்போம்.'' என்றேன். அவன் நடிப்பு வேலை செய்தது. வேலை கிடைத்தது.

ஒருநாள், என்னோடு என் அறைக்கு ஒரு முறை வர விரும்புவதாகச் சொன்னான். அழைத்துப் போனேன். அடுத்த நாள் நான் அழைக்காமல் ஒரு சிறிய கறுத்த அரைவாசிவரை பூட்ட முடிந்த சிப் வைத்த முதுகு பையோடு என் அறைக்கு வந்தவன் திரும்பவில்லை.

மெதுவாக ஒரு நாள், ''தம்பி இது சின்ன அறை. இன்னொரு கட்டில் போட முடியா...'' என்று வசனத்தை முடிக்க முதல் ''அண்ண இது காணும். எனக்கு கட்டில் கிட்டில் வேண்டாம்.'' என்றுவிட்டு பதிலை எதிர்பாராமல் ஓய்வு இருக்கையில் தன் 33 முள்ளந்தண்டு சில்லுகளையும் சுருட்டி அட்டை சுருண்டு கிடப்பதுபோல படுத்து தூங்கிப்போனான்.

அவனை சந்தித்து பூமி சூரியனைச் சுற்றி முடித்த ஒருநாள் அவனுக்கும் வதிவிட உரிமை கிடைத்தது. ஒரு அதிகாலையில் ''அண்ண நான் வேலையை விடுகிறேன்'' என்று விட்டு என் அறையில் இருந்து காணாமல் போனான்.

ஒரு வெள்ளிக்கிழமை இரவு, ஊரில் பலகை அடித்தவனின் தோற்றத்தில் சமையல் அறையில் வேலை செய்து கொண்டிருந்தபோது ''அண்ணா!'' என்று ஒரு தமிழ்ச்சத்தம் கேட்டது. திரும்பினேன். அழகிய கனவான் போன்ற தோற்றத்தில் பற்களால் வெளிச்சமிட்டுக் கொண்டு நின்றான். திடீரென தோன்றிய வால் நட்சத்திரம்போல் அவனை பார்த்துக் கொண்டிருந்தேன். காரணம் இல்லாமலில்லை. அவன் ரை (கழுத்துப்பட்டி) கட்டி இருந்தது என்னை வெஃகாமையின் வெப்பத்தில் நிறுத்தியது.

''என்னடா ஆளே மாறிவிட்டாய்?''

ஓய்வு பெற்ற ஒற்றன்   38

''அண்ணா ஏன் இப்படி கஸ்டப்படுகிறீர்கள்? 'அண்ண நான் இப்ப Kk Óß . A uß ö£¯º uber. அமெரிக்கனின் மூளை வேலை செய்ததால், நான் மாதம் 5000 யூரோ உழைக்கிறேன்''. என்றான்.

''என்னடா சொல்லுறாய்?'' என்று என் மூளை வாய்போல் விரிந்தது. அந்தத் தொகையைப் பெற நான் முழுமையாக மூன்று மாதங்கள் வேலை செய்ய வேண்டும். என்னை ஆச்சரியத்தின் உச்சியிலே வைத்திருக்க விரும்பியவன்போல தனது வாகனத்தை கொண்டுசென்று காட்டினான். அது கனவான்கள் பாவிக்கும் Mercedes =Benz. என் வாழ்நாளில் அதுவரை அப்படி ஒரு வாகனத்தை தொட்டதே கிடையாது.

''உடனடியாக உந்த வேலையை விடுங்கள்! நான் மாதம் 5000 யூரோ உழைப்பதோடு நல்ல வாகனத்தின் உரிமையாளர் ஆக்குவேன். நீங்கள் நினைத்தநேரம் வேலை செய்யலாம். வேலை செய்த உடனேயே உங்கள் வங்கியில் பணம் கொழுக்கும்''. என்றுவிட்டு தன் வங்கிக்கணக்கை கைபேசியில் திறந்தான். கைபேசி வேறு 'ஆதாம் சாப்பிட்ட அடையாளத்தின்' நவீன வடிவமாய் இருந்தது.

அப்படித்தான் ஐந்து வருடமாக ஒரு நாளும் ஓய்வெடுக்காத 'சமையலாளன்' பதவியை இந்தியாக்கு சுதந்திரம் கிடைத்ததுபோல நடுச்சாமம் விட்டெறிந்தேன். மனது, சின்ன வயதில் அம்மா சொன்ன அறிவுரையை நினைத்தது. ஒருவருக்கு சிறிய உதவி செய்தால் அது நமக்கு பல மடங்காகத் திரும்பிவரும்! நேருவின் குடும்பத்தில் வந்த இந்திரா காந்தியின் இளைய மகனின் பெயரை வைத்திருந்த சஞ்சீவால் என் வாழ்வு வானத்தில் பறக்கப் போகிறது. என்பதை மனம் படம் போட்டபடி இருந்தது.

Infinity Q 50 என்ற தரையில் பறக்கும் புட்ப விமானத்தை ஐந்து வருட கட்டணத்தில் வாங்கினேன். அனுமதிப்பத்திரம், uber செயலியின் அனுமதி, அதை பயன்படுத்தும் முறை என

திருமணத்துக்கு தயாராகும் மாப்பிள்ளைபோல் வேகமாக எல்லாம் நடந்து முடிந்தது. முதல் மாதம் முடிந்தபோது 5000 யூரோ என் வங்கிக்கணக்கை நிறைத்தது. இரண்டாம் மாதம் சஞ்சீவ் பொய் சொல்லவில்லை உண்மையை மறைத்தது தெரியவந்தது. வருமான வரி, தண்டப்பணம், காப்புறுதி, என்று விபரம் தெரியாத எல்லாம் தின்றுவிட எஞ்சிய தொகை யானையொன்று பூனை ஆனது போல வங்கி 1000 யூரோக்களை மட்டுமே காட்டியது.

ஒரு மணிநேரத்திற்கு 15 யூரோ பெற்ற என் வேலையை விட்டுவிட்டு மணிக்கு 5 யூரோ வுக்கும் குறைவாகப் பெறும் நிலையை அந்த அமெரிக்க நிறுவனம் தந்தது. அது அழகான சுரண்டல். 'ஒரு பொருளாதார அடியாளின் ஒப்புதல் வாக்குமூலம்' அப்போது நான் படித்திருக்கவில்லை.

அதனால் சூழ்ச்சிகளின் அழகை அறியாமல் இருந்தேன். புலம்பி என்ன செய்வது? இருக்கும் தொழிலை செய்தே ஆகவேண்டும், பல வயிறுகள் காத்திருக்கும்தானே?

uber சாரதியாகி இரண்டாவது மாதம், மூன்றாவது சனிக்கிழமை இரவுதான் வாழ்நாளை மாற்றிய சம்பவம் நடந்தது. அன்று அருமையான வாடிக்கையாளர்களை சந்தித்துக் கொண்டிருந்தேன். எவரும் வெறுப்பு காட்டவில்லை. வெறுப்பு ஊட்டவுமில்லை. அதிகமாக பெண் வாடிக்கையாளரையே uber தந்து கொண்டிருந்தது. அரிவை, தெரிவை, மங்கை, மடந்தை, பேரிளம்பெண், உதட்டு சாயங்களாலும் விலையுயர்ந்த பாரிஸ் வாசனைத் திரவியங்களாலும் சாவை விரட்டிக்கொண்டிருந்த பாட்டிகள். எனக்கும் உற்சாகம் தாங்கமுடியவில்லை. பெண்களுக்கு 'பணி' செய்வது எவ்வளவு பேறு!

இரவு இரண்டு மணி இருக்கும், சற்று ஓய்வு எடுப்போம் என்று யோசித்தேன். அப்போது பிரபலமான sacré coeur ('புனித இதயம்' என்ற வெண்-தேவாலயம்) அருகில் நின்றேன். 'இல்லை இன்னும் ஒரு

சவாரியை அனுமதித்து விட்டு ஓய்வு எடுப்போம்'. என மனம் ஆசைவீசியது. அப்படித்தான் தவறான சவாரிக்கு அனுமதி அளித்தேன்.

புவிப் பாதை காட்டி தானாக இயங்கி வழிகாட்டியது. என் Infinity Q 50 தனக்கே உரிய மிடுக்கோடு சென்று நின்ற இடம் பிகால்.

என் வாடிக்கையாளருக்காக காத்திருந்தேன். காத்திருத்தலின் நேரம் முடிந்த பின்னரும் யாரும்வரவில்லை. வாடிக்கையாளரின் இலக்கத்தை uber தந்தது. அதை அந்த நிறுவனம் அழகுறச்செய்தது.

அழைப்பெடுத்தேன். காதருகே கன்னிக்குரல் போதையை நிறைத்த பிரெஞ்சுமொழியில் j'arrive.. j'arrive.. (வருகிறேன்.. வருகிறேன்..) என்றுவிட்டு, பிரபலமான வசவு வார்த்தையையும் இலவசமாக தந்தது. அது, சலோப் (பலரோடு படுப்பவன்). எனக்கு வாழ்வில் கிடைத்த இளம் வசவு. அதை வைத்துக்கொண்டு காத்திருந்தேன். உடலின் மெல்லிய பகுதிகளில் வியர்வை உருவானது.

வீதி விளக்கின் ஒளியில் இளம் வெண்ணிறப் பெண்கள் இருவர், பிறந்த மாட்டுக்கன்று எழுந்திருக்க முயன்றதுபோல் கடும் முயற்சியால் வந்தடைந்தார்ககள். இரண்டு பகுதிகளை மட்டும் உலோபி போல மறைத்திருந்தனர். அதனால் அவர்கள் எல்லாவற்றிலும் வள்ளல் தன்மையோடு இருந்தனர்.

கணக்கு வாத்தியாருக்கு வாய்ப்பாடு சொன்னதுபோல என் வண்டி இலக்கத்தை சொன்னார்கள். « Dx714kv ». இறங்கி, கதவை திறந்து வரவேற்றேன். வலதுபக்கம் ஏறியவள் கட்டிலில் தூக்கத்துக்கு சென்றதுபோல் விழுந்து நுழைந்தாள். இடதுபக்கம் ஏற முயன்றவள் (MATHILDE) தனது காலைத் தூக்க முடியாமல், வலது கை வைத்திருந்த beer குவளையை ஏதோ வைரம் சிந்தாமல் காப்பதுபோல் காத்தவாறு காற்றில் பல கெட்ட வார்த்தைகளை

அகரன் 41

பாடினாள். அவளை உள்ளே கொண்டு சென்று சேர்ப்பதற்கு பத்து நிமிடங்கள் தேவைப்பட்டது.

இருவருமே இந்த பூமியில் இல்லை என்பது தெளிவாகிவிட்டது. ஏலியன்களோடு இதற்கு முன்னர் நான் பேசிய அனுபவம் இல்லை. பழுதான பழைய ஒலிநாடா போல வசவு வார்த்தைகளால் Infinity Q50 நிறைந்தது.

பட்டியை கொழுவுமாறு கூறினேன். அவர்கள் கண்டுகொள்ளவில்லை. "நீங்கள் பட்டியை கொழுவினால் மட்டுமே புறப்படலாம்". என்ற போது, கையில் பீர் வைத்திருந்தவள் கேட்டாள் "வீடு வந்து விட்டதா எருமையனே?" எருமையன் என்பதுகூட உண்மையாய் இருக்கலாம்.

புறப்படமுதல் வீடு வந்துவிட்டதா? என்பதைத் தாங்க முடியவில்லை. இரவு இரண்டு மணிக்கு கழுத்துப்பட்டியோடு வேலைசெய்யும் கனவானுக்கு ஏற்பட்ட நிலை அது.

மெதுவாக அவர்களைத் தொடாமல் பட்டியை இழுத்து கொழுவினேன். டிக்.. டிக்.. அவர்கள் சுவாசம் என் மூக்கில் எரிந்துகொண்டு நுழைந்தது. அந்த நாற்றம் கற்பூரமல்ல, கமலப்பூவல்ல, கூவம்.

ஒருவாறு சுதாகரித்து இதயம் படபடக்க பயணத்தை ஆரம்பித்தேன். சிவப்பு விளக்கு எரிந்தது நிறுத்தினேன். யானை பிளிறும் ஒலி ஒன்று பின்னிருக்கையில் இருந்து வந்தது. திரும்பியபோது, மொத்தமாக என் முகம் கையில் பீர் வைத்திருந்தவளின் வாந்தியால் நிறைந்தது. மீதி பறந்து காரின் முன் ப்குதியில் செல்குண்டு சிதறியதுபோல் சிதறியது. 'O.. La.. La.. நீ என்ன செய்துவிட்டாய்?' என்றேன்.

"மூளையற்றவனே! நான் வாந்தி எடுத்துவிட்டேன்" என்றாள். இந்த வார்த்தைக்கு விழா எடுப்பவள்போல மற்றவள் சிரித்தாள்.

இத்தகைய நிலையிலும் பிளாஸ்ரிக் குவளையில் வைத்திருந்த பீரை அவள் சிந்தவில்லை.

''கார் யன்னலை திற, நான் இனி வெளியே வாந்தி எடுக்க முயல்கிறேன்'' என்றாள். நான், காரை நிறுத்திவிட்டு ''நீங்கள் வெளியே சென்று வாந்தி எடுத்துவிட்டு வாருங்கள். நான் காத்திருக்கிறேன்'' என்றேன்.

''பெரிய வேசைக்காரனே! நீ முதல் காரை ஓட்டு!'' என்னைப்பற்றி அவ்வளவு அறிந்து வைத்திருக்கிறாள்!

நான் பண்பாக, ''இளம் பெண்ணே, அது என்னால் முடியாது!'' என்றேன். தன் கையில் எந்த நிலையிலும் சிந்தாமல் காத்து வைத்திருந்த பீரால், பசுவில் பால் கறப்பதற்குமுன் முலைகளை கழுவ நீரை பீச்சி அடிப்பதுபோல அவள் வாந்தி வடிந்து கொண்டிருந்த என் முகத்தில் அடித்தாள். என்னில் 1000w மின்சாரம் பாய்ந்தது. காரை விட்டு இறங்கி அவள் கரங்களை பிடித்து இழுத்து வெளியேற்றினேன். அவள் என்னை வசவு வார்த்தைகளோடு நெருங்கினாள். ஒரு கையால் தள்ளினேன். பாதையின் மறுபக்கம் சென்று விழுந்தாள். என்னிடம் கொடிய விலங்கின் சுவாசம் வெளிப்பட்டது. அது மின்னல் வந்துபோன நேரத்தில் நடந்து முடிந்தது. வீதியின் ஒதுக்குப்புறம் வெளிச்சத்தை அணைத்துவிட்டு இருந்த பிரஞ்சுப்போலீசார் நான்குபேர் என்னை நெருங்கினர்.

*

தீர்ப்பு வழங்கப்பட்டதும், எல்லோரும் சென்றுவிட, போலீசின் அனுமதியைப்பெற்று மத்தில் Ma thilde இன் பெற்றோர் என்னிடம் வந்தனர். கயல் மீனின் முட்கள் போல முதுமையின் முகச்சுருக்கங்களை வைத்திருந்த அவர்கள் கூறிய வர்த்தை, மேன்மக்கள் வார்த்தை. தண்டனையின் வெப்பம் பனிக்கட்டியாகி இதயத்தில் இறங்கியது.

சின்னப்பன்றி

அதிசயமாக அன்று காலை இயல் என்னை எழுப்பினாள். நாம் எழும்புவதற்கு கால் மணி நேரம் இருந்தது. கண்கள் அதிசயிக்கும்படி தானாகவே குளித்து, தன்னை அழகு படுத்தி, தனக்கு பிடித்த அனா சட்டையை அணிந்திருந்தாள். காதுகள் அதிரும்படி பிரெஞ்சு மொழியில் Petit cochon reveille & toi என்றாள். (சின்ன பன்றியே எழும்பு) எனது வாழ்வின் அருங்கனவான இயல். நான் பதறிப் போனேன். அவள் 'பெரிய பன்றி' என்றிருந்தால் பதட்டத்தின் அளவு குறைந்திருக்கும்.

பொதுவாக தமிழில் பன்றி, எருமை, குரங்கு, நாய் என்று ஊரில் திட்டு வேண்டியதால் அவை 'கெட்ட' வார்த்தைகள் என்று என்னிடம் படர்ந்திருந்தது. ஒரு இருட்டு மேகம் போல முகத்தை மாற்றி "இதை யார் உனக்கு சொல்லித் தந்தார்கள்?'' என்றேன். அவள் மீண்டும் ஒருமுறை அதை சொல்லிச் சிரித்தவாறு 'என் நண்பி கிளாராʼ என்றாள்.

என்னை வெற்றி கொண்டு விட்டதான முகச் சாயலில் ஒரு படி மேல் சென்று reveille&toi papa grenouille (அப்பா தவக்கிளையே! எழுந்திரு.) என்றாள். எனது மனதெங்கும் பஞ்சில் ஊறும் இரத்தம் போல் வேதனை படர்ந்தது. "மகளே அந்த வார்த்தைகள் சொல்லக் கூடாது! அது மகிழ்ச்சியற்ற வார்த்தைகள். மீண்டும் சொன்னால்

அப்பா கவலைப்படுவேன்'', என்றேன்.

அவள் ''இல்லை அப்பா! இது கெட்ட வார்த்தை இல்லை'' என்றாள். என்னால் ஒருபோதும் அதை நம்ப முடியாது. இரண்டு வருடமாக பள்ளிக்குச் செல்லும் இயல் ஒரு போதும் இப்படி வார்த்தையை பயன்படுத்தவில்லை. அதைவிட நாளை அவளுக்கு இரண்டாவது ஆண்டில் முடிவுக்கான பெரிய விடுமுறை ஆரம்பிக்கிறது. இந்த நேரம் பார்த்து கிளாரா கெடுத்து விட்டாள் என்று நினைத்துக் கொண்டேன்.

எனது பெயரை பிரான்சில் முழுமையாக 'முத்துலிங்கம் தயாளநேசன்' என்று உச்சரிக்கும் இயலின் ஆசிரியரான எமிலியிடம் இயல், கொடும்சொல் சொல்லப்பழகியதை முறையிட வேண்டும் என்று தீர்மானித்து பள்ளிக்குச் செல்லத் தயாரானேன்.

நிறைந்து வழியும் இளமையும், நிறுத்தாத புன்னகையும், மெல்லிய சங்கிலிகள் போன்ற கட்டம்கட்டப்பட்ட அளகமும், வைத்திருந்தாள் எமிலி. பார்ப்பவர் எல்லோரையும் பாடாய்ப்படுத்தும் அழகு. இடியமீன்கள்கூட சின்ன மீன்குஞ்சுகள் போல ஆகிவிடுவார்கள். இளங்கோ அடிகள் இவளைப்பாடி இருந்தால் ''புரிகுழல் அளகத்து நகை!'' என்றிருப்பார். தமிழ் பெண்களின் நீண்ட கருங்குழல் பேரழகென்பது எல்லோருக்கும் தெரியும். ஆனால் பொன்போன்று மினுங்கும் முடியை வைத்திருப்பவளுக்கு 'பொன்நகை' தேவையற்றுப் போய்விடுகிறது. கம்பர் எமிலியைக் கண்டிருந்தால் ''கஞ்சா இருக்கும் மலர்க்கூந்தல்'' என்றிருப்பார். என்ன செய்வது! இளங்கோ, கம்பர், இன்னும் பெண்களை ஆராதித்த புலவர் பெருமக்களுக்கு வாய்த்தது அவ்வளவுதான்! அவர்கள் மேற்குநாடுகளுக்கு ஏதிலியாகியிருந்தால் எத்தனை புதுச்சொற்கள், அழகுப்பாடல்களை தமிழ் கண்டிருக்கும்!

எமிலியிடம் பேசுவதில் ஒரு ஆபத்து இருந்தது. இயலைக் கண்டதும் மொன்கேர் (என் இதயமே) ஓடி வா என்று அவளை

அணைத்து விட்டு என்னைப் பார்த்து உலகின் அற்புதமான சிரிப்பை உற்பத்தி செய்வாள். ஒரு கவிதை சொல்வது போல நளினமாக 'முத்துலிங்கம் தயாளநேசன் சவா?' (நலமா?) என்பாள். நான் பேச நினைத்ததை எல்லாம் மறந்துவிடுவேன்.

பள்ளி வாசலில், எல்லாப்பிள்ளைகளும் திரும்பி திரும்பி தாய்க்கோ, தந்தைக்கோ கைகாட்டி உதடுகளில் வலது கையை வைத்து முத்தங்களை அனுப்புவார்கள். பெற்றோரும் அனுப்புவார்கள் எனக்கு அந்த வாய்ப்பு வருவதில்லை. இயல் எமிலியை கண்டதும் என்னை முழுவதுமாக மறந்து விடுவாள். ஒருபோதும் திரும்பிப் பார்ப்பதில்லை. மற்றப் பிள்ளைகளின் முத்தங்களை இரவல் வேண்டி இயலின் முதுகை நோக்கி முத்தத்தை அனுப்புவேன். அது திரும்பி வராது. எதிர்காலத்தில் அவள் 'சின்னப் பன்றி' என்ற வார்த்தையை எல்லோருக்கும் முன்னால் அனுப்பாமல் இருந்தால் போதும் என்று நினைத்து கொண்டேன்.

அந்தப்பள்ளியில் எல்லோருக்கும் தெரிந்தவளாக இயல் இருந்தாள். அவளது நிறம் அங்கு புதுமையாக இருந்தது. வீட்டைவிட பள்ளியை விரும்பும் ஒருத்தியாகவும் இயல் இருந்தாள். பள்ளியில் இருந்து ஒவ்வொரு மாலையும் 4 மணி 30 நிமிடத்துக்கு அழைத்துப் போவேன்.

எல்லா பிள்ளைகளும் பெற்றோரிடம் பசுவைத்தேடும் கன்றாக கண்களை நிமிர்த்தி காத்திருப்பார்கள். இயல் மட்டும் எமிலியிடம் ஏதேதோ கேட்டுக் கொண்டிருப்பாள். இறுதியாக "எமிலி உன் அப்பா வந்துவிட்டார், அங்கே பார்" என்ற பின்னரும் என்னை பார்த்துவிட்டு எமிலியுடன் பேச்சை நீட்டிக்கொண்டிருப்பாள்.

எமிலி என் கரங்களில் இயலைத் தரும்போது "உங்கள் மகள் என்னோடு வந்து விடுவாள்போல் இருக்கிறது" என்பாள். நான் எமிலிக்காக சிரிப்பேன். என்னிடம் நடுக்கடலில் தத்தளிக்கும்

அகதியின் மனநிலை இருக்கும்.

அன்று எந்தத் தடைகளுமற்று சூரியன் வந்த காலையில் எமிலியிடம் இயலை கொடுத்ததும் "எமிலி உங்களிடம் இரண்டு நிமிடம் இருக்குமா? பேசவேண்டும்!" என்றேன். "என்ன விடயம்பற்றி முத்துலிங்கம் தயாளநேசன்?" என்று என்பெயரை பாடிக்கொண்டிருந்தாள்.

"இயல் இன்று காலை" Petit cochon réveille&toi, réveille&toi papa grenouille" என்ற வார்த்தைகளை கூறுகிறாள். அதிர்ச்சியாக இருக்கிறது இந்த வார்த்தைகள்.. என்று முடிக்க முதல் இரண்டு நிமிடம் முடிந்து விடும் என்ற அவசரத்தில் 'ஓ.. நேசன் அது ஒரு செல்ல வார்த்தை. அன்பானவர்களை பிரெஞ்சு மொழியில் அப்படி அழைப்பது வழக்கம். நீங்கள் பயப்படத்தேவையில்லை' என்றாள். என்னால் இரண்டு வெட்கங்களைத் தாங்கவேண்டி இருந்தது.

சிரித்துக்கொண்டே வேலைக்குச் சென்றேன். என் எதிரே சென்றவர்கள் தனியே சிரிப்பதைக் கடைக் கண்ணால் பார்த்துச் சென்றார்கள். சிரிப்பது வீதியில் அதிசயமாகத் தான் இருந்தது. எனக்கும் இது புது வகை பழக்கமாக தோன்றிவிட்டிருந்தது. சொல்லிச் சிரிக்க யாரும் இல்லாததால் தனியே சிரிப்பது ஒன்றும் தவறில்லை. ஆனால் எல்லை தாண்டினால் வைத்தியசாலை செல்ல வேண்டி வரலாம். அவ்வளவுதான்.

எனது வேலை நேரத்தை அந்த நிறுவனம் இரண்டாக வெட்டித் தந்திருந்தது. அது ஒரு மகளை வைத்திருக்கும் எனக்காக செய்த விதிவிலக்கு. காலை 10 மணியிலிருந்து மாலை 3 மணி வரை. பின்னர் மாலை 07 மணியிலிருந்து இரவு 11 மணி வரை. இயலை பள்ளியில் விடவும் பின்பு அழைத்து வந்து பணிவிடைகளையும் உலகத்தின் உன்னத பொறுமையை எனக்குக் கற்றுத்தந்த உணவூட்டும்

பணியையும் செய்ய அது பொருத்தமாக இருந்தது.

மாலை 6 மணிக்குப் பின்னர் அந்த தீப்பெட்டி போன்ற வீட்டில் நான் செய்வது சட்டப்படி குற்றமானது. ஒரு குழந்தையை தனியே விட்டு விட்டு செல்வது. ஆனால் என்னிடம் வேறு தீர்வு இருக்கவில்லை. அந்த நகரத்தில் அறிந்த தமிழர்களோ, இரவில் பிள்ளையைப் பார்க்கும் பணியாளர்களோ இல்லை. பணம் கொடுத்து பிள்ளையை பார்க்கும்படி வங்கி நிலுவையும் இல்லை. கோடைகால கிணறு போல் மாத முடிவில் ஆழம் சென்றிருக்கும்.

இயல் தான் பிறந்து பதினோராவது நாளில் இருந்து எனக்கு இந்த விடயத்தில் முழுமையான ஒத்துழைப்பை தருகிறாள். அவள் இரண்டு வயதை தொட்ட போது ஒரு நாள் மட்டுமே என்னை அதிரச் செய்தாள்.

அன்று மாலை வேலைக்குச் சென்றபோது வீட்டுக்கதவை பூட்டாமல் சென்றுவிட்டேன். இரவு 11 மணி கடந்து நான் வீட்டை அடைந்த போது, அவள் வீட்டை விட்டு வெளியேறி படிகளில் இறங்கிக்கொண்டிருந்தாள். (யாரும் பார்க்கவில்லை.) வாரி அணைத்து அறையில் சென்று அவளுக்கு மொழி புரியாத போதும் பேசிக்கொண்டே இருந்தேன். அவள் என் கண்களை தடவி நீரைத் தொட்டு விளையாடினாள்.

அன்றிலிருந்து இரவு பசித்தால் குடிக்க அருகே அவளது பால்புட்டியும், உறவினர்களான பூனைப்பொம்மை, மிக்கிமௌஸ், க்கோன், டெடிபியர், நூனூஸ்பொலர், பேர்நுவல், புலி, யானைக்குட்டி, என அவளுக்கு மட்டும் பெயர் தெரிந்த இன்னும் பல பொம்மைகளையும் கட்டில் அருகில் வைப்பேன். இயல் பேசி, பாடி, பாடம் சொல்லி, தூங்க அவர்கள் துணை வேண்டும். கடவுளுக்கு கொடுக்க வைத்திருந்த முத்தத்தையும் கொடுத்த பின்னர் கதவை பூட்டி விட்டு சில நிமிடம் கதவில் காதுவைத்துக் கேட்பேன். தன்

பொம்மைகளுக்கு கட்டளையிடும் சத்தம் கேட்கும். இந்தச் சீதையை கடத்த எந்த புட்பக விமானமும் வரமுடியாதென்று நினைப்பேன். இவள் இராவணன் வளர்க்கும் சீதை! என்று எனக்குள் நம்பிக்கை ஊட்டிவிட்டு வேலைக்குச் செல்வேன்.

இரவு 11 மணி கடந்து வரும்போது பால் புட்டி தீர்ந்திருக்கும். பொம்மைகள் இயலுக்கு மேலும் அருகிலும் தூங்கியிருப்பார்கள். இயல் ஒரு இளவரசியின் தோரணையில் தூங்கியிருப்பாள்.

நான் ஒவ்வொரு இரவும் சில நிமிடங்கள் அந்த காட்சியை தினமும் குடித்து விட்டுத்தான் குளிக்கச் செல்வேன்.

எனக்கு எந்த விதத்திலும் துன்பத்தை தராமல் தனிமையில் இரவின் பாதியைக் கழித்து வளரும் இயல் ஓர் இரும்பு பெண்ணாக கரும்புபோல் வளர்வாள் என எண்ணிக்கொள்வேன். அவள் எனக்கு சசியை நினைவூட்டிக்கொண்டே வளர்ந்தாள்.

சசியின் வயிற்றுக்குள் இயல் வளர்ந்தபோது தமிழ் பெயர்தான் வைக்க வேண்டும் என்று நான் பிரசங்கம் செய்துகொண்டிருந்தேன். ஆனால் என்னால் ஒரு பெயரைக்கூட தேடிப்பெற முடியவில்லை. ஒருநாள் மாலை 14 ம் லூயி மன்னன் கட்டிய சிலுவைக் குளத்தினருகே இருவரும் புல்வெளியில் இருந்தபோது ''இயல் என்ற பெயரை வைப்போமா?' என்று இயல்பாகக் கேட்டாள். அதிகமாக பேசிக்கொண்டு கனவுகளில் வாழ்ந்து கொண்டு நான் இருப்பேன். சசியோ செயல்களிலேயே எல்லாவற்றையும் பேசிக் கொண்டிருப்பாள். நான் வேலைக்கு போகும் போது வாசலில் ஒரு பவுத்த புன்னகை நிறைத்து பார்த்துக் கொண்டிருப்பாள்.

இயல் பிறந்து பதினோராவது நாள் அந்த நதி தீர்ந்தது. இரவு 11 மணிக்கு ஆவலோடு வீடு வந்தேன். இயலை மடியில் வைத்து சசி காத்திருந்தாள். ''இயலை பிடியுங்கோ எனக்கு ஏதோ செய்கிறது.'

என்றாள். ''எனக்கு தலை சுற்றுகிறது'' என்று விட்டுச் சென்றாள். முழுமையாக மணிக்கூட்டின் பெரிய கம்பி ஒருமுறை சுற்றிவர முதல் ஒரு அலறல் சத்தம் கேட்டது. யுத்தம் நடந்த நிலத்தில் இருந்த எனக்கு ஒரு போதும் கேட்டிராத கதறலாக அது இருந்தது. ச... சி என்று மனமெங்கும் மிரண்டிருக்க கதவைத் திறந்தேன். சசி இரத்தத்திற்கு மேல் இரண்டாக மடிந்து கிடந்தாள். சசிக்கு தலைவலிப்பு வந்து தூக்கி வீசியதில் அந்த மலசலகூடத்தின் வெள்ளை மாபிள் மேல் விழுந்ததால் அவள் முறிந்துவிட்டாள்.

'ஐ..யோ... ஓ..' என்ற நீண்ட ஒலியை மட்டும் எழுப்பிவிட்டு நான் அமைதியாகிப் போனேன். எதிர் வீட்டு 'கினே' என்ற நாட்டைச் சேர்ந்த அரேபியாவும், சிண்டாவும் அந்த அறையில் இருந்து சசியை தூக்க முயன்றார்கள். முடியவில்லை. பின்னர் அவசர வைத்திய உதவியை அழைத்தார்கள். ஒரு சிவப்பு நிற வைத்திய அவசர வண்டியில் வந்தவர்கள் கடும் முயற்சியில் கதவை கழற்றிய பின்னர்தான் சசியை வெளியே எடுத்து பெரும்படை சூழ கொண்டு சென்றார்கள். நான் இடியேறு விழுந்த தென்னை போல மடியில் இயலுடன் சரிந்து கிடந்தேன். அப்படித்தான் நானும், இயலும் வாழ ஆரம்பித்தோம். இயலுக்கு ஏதும் தெரிந்திருக்காது. அவள் எதிர்காலத்தில் அறிவாள். சசியின் அம்மா மட்டக்களப்பில் இருந்து பேசும் போது அடிக்கடி சொல்வார்: ''ஒரு கரைச்சலும் உங்களுக்கு தராத இயல் தெய்வக் குழந்தை, சின்ன வயதில் பெரியவள் போல் வளர்கிறாள்' என்று. நான் நினைப்பேன், குழந்தைகள் எல்லாம் தெய்வமாக பிறக்கிறது. நாம் ஏன் மனிதராக மாற்றுகிறோம்? அன்று வழமைபோல மாலை இயலை அழைத்து வரச் சென்றேன். இயலின் முகம் முற்றாக இருட்டியிருந்தது. மூன்று மாதம் பள்ளி இல்லை என்ற தகவல் அவள் மகிழ்ச்சி உலகத்தை குலைத்திருந்தது. எமிலி தன் குழந்தையை பிரிவது போல பல நிமிடங்கள் இயலைக் கட்டி அணைத்துக் கொண்டிருந்தாள். எமிலி

முகத்திலும் முதன் முதல் சிரிப்பைக் காணமல் இருந்தேன்.

இயல் படலை தாண்டிய போதும் மீண்டும் ஓடிப்போய் இரு கைகளாலும் இதயத்தை செய்து காட்டினாள். எமிலியும் பதிலுக்கு செய்தாள். அந்த இதயங்களை பார்க்க மட்டுமே முடிந்தது.

இயல், தொட்டால் கலைந்துவிடும் தேன்கூடு போல முகத்தை வைத்திருந்தாள். நான் பேச்சை தொடுக்கவில்லை. பாதி வழியில், தன்னால் நடக்க முடியாது, கால் வலிக்கிறது என்றாள். அவளை தூக்கித் தோள் மீது இருத்தினேன். என் தலையைப் பிடித்தபடி 'papa on peut retourner à l'école" என்றாள். நான் வந்த பாதையில் மீண்டும் பள்ளிக்கு சென்றேன் எல்லோரும் சென்றுவிட்டிருந்தார்கள். பள்ளி தனித்திருந்தது. தோளில் இருந்தவாறு பள்ளிப்படலையை பிடித்தவாறு ''ஏமிலி.. ஏமிலி..' என்று தன் ஆசிரியரை அழைத்தாள். பள்ளி பதிலளிக்கவில்லை.

மழை திடீரென வந்து சேர்ந்தது. என்னிடம் குடை இல்லை. என் தோளில் இயலும் நானும் நனைந்து கொண்டே வீடு வந்தோம். அந்த மழை எனக்கு வசதியாக இருந்தது. இயலுக்கும்.

குளிப்பு தொட்டியில் இயலை இறக்கி தோயவார்த்தேன். தலை துவட்டி கட்டிலில் இருத்தினேன். பொம்மையை மடியில் இழுத்து வைத்து அதன் தலையைத் தடவினாள். ''இயல் அப்பா தோய்ந்துவிட்டு வருகிறேன் இருங்கோ'' என்றேன். பொம்மையை பார்த்தவாறு தலையை ஆட்டினாள்.

தோய்ந்து விட்டு வந்து சூடாக்கிய பாலுடன் இயலின் கட்டிலை நெருங்கினேன். சசி யாழ் பல்கலைக்கழகத்தில் பட்டம் பெற்ற புகைப்படம் ஒன்று தான் வீட்டில் தொங்கியது. அதை இறுகக் கட்டியவாறு தன் தாயைப் பார்த்துக் கொண்டிருந்தாள் இயல். Gava (நலமா) இயல்? என்றேன். தலையைத் தடவியவாறு 'papa je veux maman" (அப்பா, எனக்கு அம்மா வேணும்!) என்றாள்.

'Mon petit cochon je veux toi !" (என் சின்னப்பன்றியே எனக்கு நீ வேண்டும்!) என்றேன். எமிலியை கட்டி அணைத்ததுபோல பாய்ந்து என்னை இறுகக் கட்டி அணைத்தாள். மழைபெய்த வானம் தூர நின்றது. வெள்ளை முகில்கள் பிய்ந்து அலைந்தது. கிழக்கில் கருமேகங்கள் திரண்டு கொண்டிருந்தன, மேற்கில் சூரியன் பின்வாங்கிக் கொண்டிருந்தது. விடுபட்ட இடமெல்லாம் நீலம் நின்றது. இன்று மாலை வேலைக்குச் செல்வது என் வலுவுக்கு ஏற்றதில்லை என்று வானம் சொன்னது.

கெட்ட பழக்கம்

'அது கெட்ட பழக்கம்!' என்று அம்மம்மா அடிக்கடி சொல்வார். அது தலையை மேவி இழுப்பதில் இருந்து ஆரம்பித்து, தூங்கும் போது சலம் பெய்வதுவரை வந்து நின்றது. இப்படி பலரும் என் கெட்டபழக்கங்களை கூறினார்கள். சிலவற்றை திருத்த முடிந்தது. பலவற்றை திருத்தும் கெட்டித்தனம் என் கையில் இருக்கவில்லை.

ஒரு நாள் பக்கத்து வீட்டு காயத்திரி என் தொடையில் கிள்ளிவிட்டு ஓடிவிட்டாள். அப்போது நான் ''மூதேசி, சனியன்' என்ற வார்த்தையை வெளியிட்டபோது அம்மம்மா முதல் முறையாக வேப்பம் சுள்ளியால் பிருட்டத்தில் அடித்தார். எனக்கு வந்த கோபத்தில் ''கிளவி, காயத்திரி என்ர தொடைல கிள்ளிற்று ஓடிட்டாள்' என்று சினுங்க ஆரம்பித்தேன். கொடுப்புக்குள் சிரித்துக்கொண்டு'' அவள் உன்னில ஆசையிலதான கிள்ளினவள். பொம்பிளைப்பிள்ளைய அப்பிடி நீ பேசப்படாது என்றார். எனக்கு அந்த நீதி பிடிக்கேல்ல.

''காயத்திரியின் தொடையில் நானும் கிள்ளுவேன்.'' என்று சபதம் பூண்டேன். மறுநாள் ''காயத்திரி பெரிய பிள்ளையாகி விட்டாள்'' என்று எல்லோரும் ஓடித்திரிந்தார்கள். எனக்கு ஒன்றும் புரிபடவில்லை.

என் சபதத்தை நிறைவேற்ற வேலிக்கடவானுக்குள்ளால் புஸ்பமக்கா வீட்டுக்குள் நுழைந்தேன். என்னை ஒருவரும் கண்டுகொள்ளவில்லை.

காயத்திரியை அவள் அறைக்குள் பூட்டி வைத்திருந்தார்கள். புஸ்பமக்கா அவளது அறைக்குள் உணவுத்தட்டோடு சென்றுவிட்டு வந்ததும் பூனைபோல அறைக்குள் நுழைந்துவிட்டேன். ஆவளைப் பார்த்ததும் பயந்துவிட்டேன். அவள் உண்மையில் பெரிய பிள்ளையாகத்தான் தெரிந்தாள்.

இதற்கிடையில் நான் தங்கச்சியாரின் அறைக்குள் நுழைந்ததை நரிக்கண்களால் பார்த்த கபிலன் என்னை துரத்தி அடிக்க ஆரம்பித்தான். காயத்திரி 'அண்ணா அவனை விடு அவன் பாவம்' என்று கத்தினாள். நான் வளவின் பின்பக்கமாக ஓடி வாய்க்காலுக்குள் குதித்துவிட்டேன். கபிலனுக்கு நீந்தத் தெரியாது. இருந்தாலும் தென்னங் குரும்பைகளால் என்னை இலக்கு வைத்து எறிந்து கொண்டிருந்தான்.

இந்த கெட்டபழக்கம் நடந்து அடுத்த நாள் 'ஜெயசுக்குறு' என்று கொண்டு வந்தார்கள். நாங்கள் இடம் பெயர்ந்தோம். என் கெட்டபழக்கங்களும் இல்லாமல் போனது. ஆனால் வெளிநாடு வந்த பின்னர் என்னிடம் மோசமான கெட்டபழக்கம் ஒட்டியிருப்பதை நானே இனங்கண்டேன்.

அது விடுப்பு பார்ப்பது. பார்ப்பதற்கு ஒரு சம்பவமும் இல்லை என்றால் மற்றவர்களின் தனிப்பட்ட கதைகளை விடுத்து விடுத்து கேட்பது.

அதிலும் நான் கேட்காமலேயே எனக்கு சிலர் தேவையில்லாத தங்கள் கதைகளை எல்லாம் சொல்லி என் மூளையை நிரப்பி விடுவார்கள். அந்த அனுபவத்திற்கு பிறகு ஒவ்வொருவரையும் நன்றாக ஆராய்ந்த பின்னர் தான் என் வேலையை ஆரம்பிப்பேன்.

இந்தப் பழக்கம் உறுதியாக நாட்டைவிட்டு வெளியேறிய பின்னர்தான் எனக்கு தொற்றிக்கொண்டது. இது அகதி வியாதியோ என்று ஆராய்ந்தால் இல்லை. அகதிகள் அதிகம் மற்றவருடன்

பேசமாட்டார்கள். தாங்கள் யார்? என்பதை யாரும் கண்டுபிடித்து விடக்கூடாது என்று நினைப்பார்கள்.

என்னோடு படித்தவனே ஒரு நாட்டில் என்னை கண்டுவிட்டு 'கோழிக்கள்ளன்' போல ஓடிப்போன கதைகளை நான் வைத்திருக்கிறேன்.

நாடுகள் பார்க்க வேண்டும், புதுப்புது மனிதர்களைப் பார்க்க வேண்டும் என்ற நல்ல எண்ணம் என்னிடம் இலங்கையில் இருந்தபோது இருந்ததே இல்லை. என் சித்திகளோடும், அம்மம்மாவோடும் வாழ ஆசைப்பட்ட எனக்கு இந்த வாய்ப்பைத் தந்தது இலங்கை அரசாங்கம்தான்.

மற்றவரின் கண்ணூறு பட்டுவிடும் என்று நினைக்கத்தக்க வன்னிக்கிராமம் ஒன்றில் இருந்த எங்கள் வீட்டுக்கு முன்னால் போராளிகளின் பச்சை நிற வாகனம், சிகப்பு புளுதிகளின் பாதுகாப்போடு சென்றது. அரை மணி நேரத்தில் இலங்கை அரசாங்கம் அனுப்பிய கிபிர் விமானம் எங்கள் வீட்டுக்கு மேலே தன் முட்டைகளை கொட்டி விட்டுப் போன பின்னர், 'அகதி' என்ற சிறப்பு பட்டத்தை இலங்கை அரசாங்கம் எனக்குத் தந்தது. பல ஊர்கள் பார்த்து பல நாடுகள் பார்த்து பிரான்ஸ் வந்துசேர்ந்தேன்.

இலங்கை மீது பிரான்ஸ் நாட்டுக்கு என்ன கோபமோ தெரியவில்லை. இலங்கை தந்த அகதிப்பட்டத்தை அது ஏற்க மறுத்தது. 'சின்னத் தீவு, காட்டுமிராண்டிகளின் கூடாரம்' என்று உதாசீனம் செய்கிறதோ? என்று எண்ணிக்கொண்டேன்.

கடும் விசாரணைக்குப் பிறகு அதை ஏற்று என்னை கௌரவப்படுத்தியது. அவர்களுக்கு என் மீது ஒரு பயமும் இருந்தது. விசாரணையின் போது நான் கடந்து வந்த நாடுகளை 'கம்பராமாயணப் பேருரைபோல' சொன்னபோது, அவர்கள் கண்கள் விரிந்ததை

அவதானித்தேன். ‘இவனை விட்டால் எல்லா நாட்டுக்கும் சென்று பிரான்சின் மானத்தை வேண்டி விடுவான்’’ என்று நினைத்திருப்பார்கள் போல. மறுபேச்சின்றி அகதிப் பட்டத்ததை ஏற்றுக்கொண்டார்கள். அதில் எனக்கு உண்மையான மகிழ்ச்சிதான்.

+

நோர்வே நாடு எங்கே இருக்கிறது? என்று என்னைத் தேடவும், ஒருமுறை அந்நாட்டைப் பார்க்க வேண்டும்! என்பதற்கு முக்கிய காரணம் ‘எரிக் சொல்கைம்’

நான் நீலக்காற்சட்டையும், வெள்ளை சட்டையும் நிறைய சிவப்பு மண்ணுடனும் பள்ளியில் விளையாடிக் கொண்டிருந்த ஒரு மதியப் பொழுதில், சுதந்திரத்துக்காக இரத்தம் பாய்ச்சிக் கொண்டிருந்த போராளிகளின் தலைவரை சந்திக்க அவர் வந்தபோது புற்றுக்குள் இருந்து நாக்கை நீட்டும் உடும்பு போல எட்டி எட்டி அவரை நான் பார்த்தேன். பிறகு பல ஆண்டுகளாக நோர்வேயும், சொல்கெய்மும் இலங்கை ஊடகங்களில் வெள்ளைத் தலையங்கம் ஆகிப் போனார்கள்.

இந்த சிறப்புக்காக மட்டும் நோர்வேயை பார்க்க விரும்பவில்லை. கபடி போட்டிக்கு நடுவராக வந்தவன், பார்க்க வந்தவன் எல்லாம் ஒருபக்கம் சேர்ந்து விளையாடிய போது, மூச்சை கொடுத்தவர்களுக்கு எதிராக விளையாடிய போது ஓடி ஒளிந்து விட்டானே! அவன் நாடு எப்படிப்பட்டது? என்ற ஆவலும் ஒரு காரணம்.

நோர்வேயைக்காண விமானப் பயணச்சீட்டை மின் வலையில் தேடிக்கொண்டே இருந்தேன். கொக்குக்கு மீன் சிக்கியது போல 50 யூரோவுக்கு அது சிக்கியது. இந்தக் கசவாரத்தனத்தால் நான் 300 யூரோ செலவழிக்க வேண்டி வரும் என்று எனக்கு அப்போது தெரியவில்லை. நான் இருக்கும் இடத்திலிருந்து விமான நிலையம் 200 கிலோ மீட்டரில் இருந்து. அதற்கான பயண செலவு 60 யூரோ . பயணப்பைக்கான கூலி

40 யூரோ. இப்படி என் கண்கள் ஈரமாகுமளவு எனக்கு சேவை செய்தது அந்த நிறுவனம்.

'யேசுவே உன்பிள்ளைகள் எப்படித் திருடுகிறார்கள் பார்த்தாயா?' என்று பச்சாதப் பட்டுக்கொண்டேன். யேசு சொன்னார் 'சின்ன எழுத்தில் எழுதி இருப்பார்கள் பார் சிவ ன் மகனே' என்றார். அவருக்கும் இந்த அனுபவம் இருப்பதை இட்டு மகிழ்ந்துபோனேன்.

அந்தப் புண்ணியவானின் (எரிக் சொல்கெய்ம்) நாடு அழகாகத்தான் இருந்தது. அங்கிருந்து எனது 50 யூரோ பயணச்சீட்டில் பாரிசுக்கு திரும்பி வந்துகொண்டிருந்த போதுதான் நாகம்மாளைச் சந்தித்தேன்.

நாம் அருகருகே இருந்த போதும் பேசிக்கொள்ளவில்லை. அவரின் நெற்றியில் பொட்டு இல்லை. ஆறடிக்கு அதிகமில்லாத உயரத்தில் வாழ்வின் எல்லா ஆழங்களையும் பார்த்த கண்கள். எப்போதும் சிரிப்பையும் சோகத்தையும் குழைத்த உதடுகள். ஐம்பது வயது கடந்த தோற்றம் என்றாலும் தலை மயிரின் அடர்த்தியும் நீளமும் 30 வயதைத் தாண்டாமல் அடம்பிடித்தது. நான் பேச தயங்கியதற்கு காரணம் விமான பணிப்பெண்களிடம் அவர் பேசிய நொஸ்க் பாசை அவரை தமிழ்ப்பெண்ணோ? என்று ஐயம்கொள்ள வைத்தது.

பணிப்பெண்கள் உணவு கொண்டு வந்தார்கள். நான் என் விசித்திரமான ஆங்கிலத்தில் பேசியது அவர்களுக்கு விளங்கவில்லை. அவர்கள் நான் 30 ஆயிரம் அடி உயரத்தில் புதுமொழியை கண்டுபிடித்து விட்டதாக விழிபிதுங்கி நின்றார்கள். அப்போதுதான் எனக்கு உதவும் உதடு தமிழில்..

"தம்பி உங்களுக்கு என்ன வேணும்?'

"நான் வெள்ளிக்கிழமை விரதம். எனக்கு சைவச்சாப்பாடு வேணும் எண்டு சொல்லுங்கோ'

''தம்பி, வெள்ளிக்கிழமை விரதம் அவங்களுக்கு அவசியமில்லை. உமக்கு மரக்கறி சாப்பாடு அவ்வளவுதான?''

''ஓம்... ஓம்...'' என்று வானத்திலும் அவமானப்பட்டேன்.

அந்தச் சம்பவம் எனக்கு நல்ல வாய்ப்பாய் போய்விட்டது.

''அன்ரி நீங்கள் ஊரில எந்த இடம்?'' என்று என் விளையாட்டை ஆரம்பித்தேன்.

''நீங்கள் நோர்வேயில் கன காலமாய் இருக்கிறீர்களோ?''

''19 வருடம்.''

''என்ன அருமையாய் நொஸ்க் பேசுறிங்கள்!''

-ஒரு மெல்லிய அலட்சியமான சிரிப்பு-

''அப்ப எத்தனை பிள்ளைகள்?''

''இரண்டு.''

''விஷேசம் ஏதுமோ பாரிசுக்கு போறீங்கள்?''

''இல்ல தம்பி என்ர பெறாமகன் இப்பதான் பரிசுக்கு வந்து சேர்ந்தவர். அவன் பிறந்த போது ஆமி தேப்பனை சுட்டுட்டாங்கள். நாங்கள்தான் அவனை வளர்த்தனாங்கள். அது தான் பாக்க போறேன்.''

''ஓ.. ஓ.. சரி.. சரி''

(நான் இத்தோடு நிறுத்தி இருக்கலாம். என் கெட்ட குணம் வேகமாய் வேலை செய்தது)

''அப்ப உங்கட பிள்ளைகள் படிக்கினமோ?'' நீண்ட மௌனம்.. கண்களுக்குள் புல்லின் நுணியில் நிற்கும் பனிபோல் துளியொன்று நின்றது.

"மன்னித்துக் கொள்ளுங்கள் அன்ரி, நான் உங்களை வருந்தவைச்சிட்டன் போல"

"இல்ல..., பறவாய் இல்ல, பிள்ளைகளைப் பற்றிய யாராவது கேட்டால் நான் என்ன சொல்வது? அதனாலேயே யாருடனும் பேசுவது குறைவு. என் பிள்ளைகள் என்னிடம் இல்லை. என் பிள்ளைகளை நோர்வே அரசாங்கம் பறித்துவிட்டது. அவர்கள் தனித்தனியே நோர்வே குடும்பங்களிடம் வளர்கிறார்கள்"

"ஐயோ... ஏன் அன்ரி?" (இன்னும் இரக்கம் இல்லாமல் கேட்டேன்)

சில கண்ணீர் துளிகளை வெள்ளைத் தாள்களால் ஒற்றியபோதும், கிணறு இறைக்கும்போது தண்ணீர் ஊறி வருவது போல கண்ணீர் ஊறிவந்தது. கண்ணீர் சிந்துவதை விரும்பாத அவரது முகம் சற்று இறுகி, மழை விட்டவுடன் சிலவேளை வெயில் இருக்குமே அப்படி மாறியது.

"தம்பி நான் ஒரு கிராமத்தில் வளர்ந்த பெண். எங்கள் குடும்பத்தில் ஐவரும் பெண்கள். எட்டாம் ஆண்டோடு பள்ளியை விட்டு விட்டு, வீட்டுப்பொறுப்பை எடுத்தேன். என் தங்கை நன்றாகப் படித்தாள். அவள் அளவுக்கு அதிகமாக அழகோடு இருந்ததால் காதலும் விரைவாக வந்தது. அவளுக்கு குழந்தை பிறந்து சில நாட்களில் மனுசனை ராணுவம் சுட்டு இறந்து போனார். அப்ப இன்னும் பொறுப்பு கூடியது."

தூர நாடுகள் போவது விருப்பம் இல்லாமல்தான் இருந்தது. எனக்கு ஒரு திருமணப் பேச்சு நோர்வேயில் இருந்து வந்தது. அதை மறுக்க என்னால் முடியவில்லை. ஏனென்றால் நான் போனால் எல்லோரையும் வாழ வைக்கலாம் என்று இங்கு வந்து சேர்ந்தேன். என் கணவர் நல்லா தான் இருந்தார்.

மகன் பிறந்தபோது அவர் தன் புகை பழக்கத்தை நிறுத்தினார்.

அவரின் நடவடிக்கைகள் மாறியது. ஒருநாள் சம்பந்தமே இல்லாமல் என் நகைகளை ஜன்னலால் வீசி எறிந்து கத்த ஆரம்பித்தார். எனக்கும் அடித்தார்.

அயலவர் யாரோ காவல் துறைக்கு சொல்லிவிட அவர்கள் கதவை உடைத்து உள்ளே வந்தனர். இரண்டு வயது நிறைவு பெறாத என் மகளையும், இரண்டு மாதம் ஆன என் மகனையும் எடுத்து போனதுடன் என்னை தனியாகவும் மனுசனை தனியாகவும் அழைத்துப் போனார்கள்.

எனக்கு மொழியும் புரியாது. உதவ யாருமில்லை, ஊரில் யுத்தம். யாரை அழைக்க? என் மனம் பேதலித்துப் போனது.

'உனது கணவனுக்கு மனநிலை சரியில்லை. உனக்கு கணவன் வேண்டுமா? பிள்ளைகள் வேண்டுமா?' என்ற மோசமான கேள்வியை நீதிமன்றம் கேட்டது.

கணவனைத் தவிர அன்று எனக்கு யாரையும் தெரியாது. கணவன் இருந்தால் பிறகு பிள்ளைகளை மீட்கலாம் என நினைத்து 'கணவன்!' என்றேன்.

பின்னொருநாள் 'கணவனை உன்னோடு விடமுடியாது. அவர் வைத்தியசாலையில் இருக்கவேண்டும்' என்று அழைத்துச் சென்றனர். என் பிள்ளைகளைத் தாருங்கள்! என்று நீதிமன்றத்தில் அழுது முடித்தேன். அவர்கள், 'பிள்ளைகளை வளர்க்க உனக்கு வேலை, வீடு, மொழி வேண்டும்' என்றனர். அவை அன்று என்னிடம் சுத்தமாக இல்லை.

இப்போது நான் தமிழைப்போல நொஸ்க் பேசுவேன். வைத்தியசாலையில் வேலை செய்கிறேன், வீடும் சொந்தமாக வேண்டிவிட்டேன் என் பிள்ளைகளுக்காக.

(இப்போதுகூட நிறுத்தி இருக்கலாம்) நான் தூங்கவிடாமல் கத்தும் சேவல்போல கேட்டேன்:

''அப்ப, இப்ப பிள்ளைகள் உங்களிடம் வந்திட்டார்களா?''

''இல்ல தம்பி.. மகளுக்கு 18 வயது ஆகிவிட்டது. நோர்வேயின் பெற்றோர் வளர்த்ததால் அவள் தனியாக இருந்து படிக்கிறாள். வருடத்துக்கு ஒரு தடவை மனம் வந்தால் பேசுவாள். மகனுக்கு 16 வயது. அவன் என்னிடம் வருவதாகச் சொல்கிறான். அவர்களுக்கான அறை என்வீட்டில் காத்திருக்கிறது. நானும்தான்.''

என்று நாகம்மாள் எங்கோ ஒழித்து வைத்திருந்த பெருங்காற்றை வெளியில் விட்டாள்.

அதே நேரம் விமானம் தரையிறங்கியது. அது அமைதியாக நாகம்மாளின் கதையை ஒட்டுக்கேட்டிருக்கும் என நினைக்கிறேன். அடக்கி வைத்திருந்த நீண்ட பெருமூச்சை உஉஸ்ஸ்... என வெளியிட்டது. என்னால் மூச்சு விட கடினமாக இருந்தது. முடியவில்லை என்று கூடச்சொல்லலாம்.

நாட்டுப் பிரச்சினையைத் தீர்க்க வந்த 'எரிக் சொல்கைம்' உடைய நாடு ஒரு அகதித் தாயின் பிள்ளைகளைப் பறித்துவிட்டது. இது என் கெட்ட பழக்கத்தால்த்தான் தெரியவந்தது.

போன வடை

யாழ்ப்பாணத்து 'மலையான்' கபே வடையும் 'லிங்கம் கூல்பார்' ஐஸ்கிரீமும் ஒருவன் அடிக்கடி சாப்பிடுவது ஒரு சர்வதேச குற்றமா? குணத்தின் வாழ்நாளில் அது ஏற்படுத்திய பாதிப்பு கொஞ்ச நஞ்சமல்ல.

இறுதியில் எல்லாம் வெறுத்துப்போய் பாரிசின் பெரிய புகையிரத நிலையத்தில் ஒன்றான Gave de lyon இல் இருந்து புறப்படும், மணிக்கு 575 கி.மீ வேகத்தில் செல்லத்தக்க, இன்று வரை உலகின் மூன்றாவது வேகம் கொண்ட மின்வண்டியில் விழுந்து இறக்க தயாராகக் காத்திருந்தான்.

+

குணம், எங்கு புறப்பட்டாலும் அவனால் வளர்க்கப்பட்ட வயிறு முதலில் புறப்பட்டு விடும். மிதிவண்டி ஓட்டி யாழ்ப்பாண வீதிகளுக்கு வேலை கொடுத்ததால் கொஞ்சம் கட்டுப்பாட்டில் இருந்தது. பாரிசுக்கு வந்த பிறகு கட்டுக்கடங்காமல் வளர்ந்து சென்றது. தன் உயரத்தை விட அது வளர்ந்து விடுமோ? என்ற பயம் அவனுக்கு இல்லாமலில்லை. அவன் சாப்பிடும் சாப்பாடுகளும் இந்தக் குளிர் தேசத்தில் கீரைப்பாத்திக்கு மாட்டுச் சாணக உரம் போல இருந்தது. (கோழிப்பொரியல், சோறு, விதம் விதமான எண்ணெயில் பொரித்த உணவுகள், எப்போதும் போல ஐஸ்கிரீம்.) வழமையாக தனக்கான

அளவை விட ஒரு அளவு கூடிய முழுக்காற்சட்டை. நாங்கள் கைச்சட்டையை மடித்து விடுவதுபோல அவன் காற்சட்டையை மடித்து விடவேண்டிய அவசியம் இருந்தது. மேற்சட்டையால் தன்னுடலை போர்த்தி இருப்பான். முதுகில் ஒரு புத்தகப் பை. அதற்குள் ஒரு உணவகம் கட்டாயம் தூக்கத்தில் இருக்கும். அவன் தலைமயிருக்கு சீப்பை பிடிப்பதில்லை. அதனால் அது தன்பாட்டுக்கு வளர்ந்து 'கறுப்புக்காடு' போல அழகை கொடுக்கும்.

ரத்தினம், சாந்தா, விஜயகலா, தாசன், பிரதீபன், இவர்களோடு சேர்ந்து பிறந்தது என்னமோ உண்மைதான். ஆனால் இவர்கள் யாரும் குணத்தின் குணத்தில் இருக்கவில்லை.

குணத்தின் நேர் முன்னே பிறந்த தாசன் ஆனையிறவு யுத்தத்தில் இறந்துவிட்டான். தனக்கு எப்போதாவது மனக்கஸ்டம் ஏற்பட்டால் தாசனின் ஆன்மாவோடு பேசிக் கொள்வான். ஆனால் ஐரோப்பா வந்ததும் 'தாசன் இங்கு தன்னுடன் பேசமாட்டான் அவன் அங்குதானே செத்தவன்' என்று நினைத்துக் கொள்வான்.

குணத்தின் பெற்றோர் தமது ஒரு பிள்ளையை நாட்டுக்காக கொடுத்துவிட்டு மீதி எல்லோரையும் படிப்படியாக ஐரோப்பாவுக்கு கொடுத்துவிட்டார்கள். இறுதி யுத்தம் முடிந்து எல்லாமுமே வெற்றிடமாக இருந்தபோது அவர்களுக்கு துணையாக வைத்திருந்த கடைசிக்கு முதல் குட்டிதான் குணம்.

எல்லாப் பிள்ளைகளும் திருமணம் முடித்து விட இறுதியாக பிரான்ஸ் போய்ச் சேர்ந்த பிரதீபன் (கடைசி) அனுப்பும் பணத்தில் தான் அவர்களின் உலக வங்கி இயங்கி வந்தது. குணத்தை ஐரோப்பா அனுப்பாமல் வைத்திருந்ததற்கு காரணம் இல்லாமல் இல்லை. அவனை எவராலும் கோபப்படுத்த முடியாது. அவன் ஒரு போராளியாக இருப்பான் என்று சிங்கள ராணுவமும் ஒருபோதும் நம்பாது. 'தாசன்'

வீரச்சாவு என்ற செய்தி பொட்டம்மான் வந்துகேட்டாலும் இவனிடம் இருந்து பெறமுடியாது. எந்த வில்லங்கமானவர்களும் இவனின் சிரிப்பில் சிதைந்து சின்னாபின்னமான கதைகள் உண்டு.

அதை விட நெற்றியில் சிவபெருமானின் சித்தப்பா மகன் போல திருநீறு, சந்தனம் நிறைந்து வழியும். எல்லாவற்றையும் விட யாழ்ப்பாணத்தை விட்டு வெளியேற மாட்டேன் என்று உடும்புப் பிடியில் இருந்த உத்தமன். சங்கிலியன் மன்னர் ஆட்சி யாழ்ப்பாணத்தில் இப்போதும் இருந்தால் 'சங்கிலியன்' விருதை பெறக்கூடிய முதல் தரமான குடிமகன்.

தாய் எப்போதும் குணத்தை தன்னோடே வைத்திருக்க வேண்டும் என்று நினைத்ததற்கு அகக் காரணங்களும் இருந்தது. தாய் தந்தையோடு 36 வயதிலும் நண்பர்கள் போல்தான் பழகுவான். சின்னச், சின்ன நக்கல் தகப்பனோடு சேர்ந்து ஏட்டிக்கு போட்டியாக பழைய பாட்டு, சில செல்ல கோபங்கள், இரவானால் தாய் சலம் கழிக்க போனாலும் பாதுகாப்பு. இப்படிப்பட்ட பிள்ளையை எந்த வயோதிக பெற்றோருக்கு பிடிக்காமல் போகும்?

பிரதீபன் பிரான்ஸ் போய் 2010ல் அகதி அடைக்கலம் கிடைத்ததும், சுதுமலையில் இருந்து யாழ்ப்பாண நகரம் வரை இருந்த எல்லா கோயிலுக்கும் அர்ச்சனை செய்தான் குணம். கொஞ்சமும் நன்றிக்கடன் இல்லாத சாமிகள் செய்த சதிதான் பிரதீபன் ரூபத்தில் அவனுக்கு வந்திருந்தது. இரண்டு வருடமாக பணம் அனுப்புவதோடு அறிவுரைகளையும் ஆலோசனைகளையும் அனுப்பிக் கொண்டிருந்தான் அவனது தம்பி பிரதீபன்.

''அடே எப்பிடியெண்டாலும் ஒரு வேலை எடடா''

''ஓம்.. ஓம்..''

"சுயமா வருமானம் வர ஏதாவது செய்"

"ஓம்.. ஓம்.."

"உன்ர காலில நீ நிக்கோணும்"

"ஓம்.. சரிடா.. சரி."

குணத்துக்கோ முதலாளியாக இருக்கப் பிடிக்காது. தொழிலாளியாகவும் இருக்கப் பிடிக்காது. மொத்தத்தில் உடம்பில் இருந்து வியர்வை வெளியேறினால் பொறுத்துக் கொள்ளமாட்டான். இரண்டு வருடமாக தம்பியின் நச்சரிப்புகள் அவனை எந்தவித சலனத்திலும் ஆழ்த்தியதில்லை. வாழ்வை அதன் போக்கில் விட்டுவிட்டு அவனது வாழ்வு நதியில் யாரும் அணைகட்டாமல், கணியன் பூங்குன்றன் சொன்னதுபோல் இருந்தது அவனது வாழ்வு.

அன்று அழைப்பு எடுத்த பிரதீபன் குரல் கொஞ்சம் முட்டையிட்ட கோழி போல இருந்தது.

"சரிடா சரி" என்றவாறு தாயிடம் கைபேசியை கொடுத்துவிட்டு நகர்ந்துவிட்டான்.

"எணை, இவன் என்ன செய்யப்போறான்? இப்பிடியே திரியுறான்."

"இல்ல ராசா, பிள்ளை காலேல வெளிக்கிட்டா மாலைவரை வேலைதேடி களைச்சுப் போய்தான் வருது."

"இஞ்ச பாரண எனக்கு 33 வயது உவனுக்கு 36 வயது. இவன் இப்படி இருந்தா நான் எப்ப கட்டுறது?"

பிரதீபன் ஒரு வேலை செய்தான். தன் நண்பன் ஒருவனுக்கு 5000 ரூபா பணம் அனுப்பி 'குணம் காலையில் இருந்து மாலைவரை வேலைதேடும் விசுத்திறத்தை புலனாய்வு செய்து அறிக்கை தரவேண்டும்.'

அந்தப் புலனாய்வு செய்த படுபாதகன் கொடுத்த பணத்தைவிட அதீத கடமை உணர்வோடு கடமை யாற்றிவிட்டான்.

அந்த அறிக்கை: ''குணம் காலை 9 மணிக்கு புறப்படுகிறான் மெல்லிய பாட்டோடு. யாழ்ப்பாண நகரம் வரையுள்ள எல்லா கோயிலுக்கும் செல்கிறான். கோயிலாளர்களுக்கு குணத்தை நன்றாக தெரிந்திருக்கிறது. பின்பு 12 மணிக்கு மனுசன் மலையான்கபே சென்று 2 வடை சாப்பிட்டுவிட்டு 3 வடை பாசல் கட்டுகிறார். பின்னர் மதியம் 1h30 மணிக்கு லிங்கம் கூல்பாரில் ஐஸ்கிரீமுக்கு முதல் ஒருறோள் சாப்பிடுகிறார். அதைத் தொடர்ந்து மீண்டும் இரண்டு முப்பது மணிக்கு நகரத்திலிருந்து அவசரமற்று அதே வரிசையில் கோயில்களுக்குச் சென்று மாலை 4 மணிக்கு வீட்டை அடைகிறார்.'' இதுதான் தொடர் நடவடிக்கை.

இந்த அறிக்கையோடு கடமை உணர்ச்சியாக ஆதார புகைப்படங்களும் சுடச்சுட சென்று சேர்ந்தது. பிரதீபன் ஒன்றும் பறையாமல் எடுத்த அதிரடி நடவடிக்கையால் சரியாக ஆறு மாதத்தில் குணம் தான் விரும்பாத பாரிசுக்கு நாடு கடத்தப்பட்டான்.

+

பிரதீபன் கடுமையாகத்தான் வேலை செய்கிறான். காலை 5 மணிக்கு எழுந்து ஒரு 'நெத்துவா' (cleaning) வேலை, பின்பு காலை 10 மணிக்கு குசினி வேலை, மாலை நாலு மணிக்கு வருகிறான். மீண்டும் மாலை 6 மணிக்கு குசினி வேலை. இரவு 23h30 மணிக்கு வருகிறான்.

இதையெல்லாம் பார்க்க குணத்துக்கு ஏதோ செய்தது. மானொன்று மலைப்பாம்பால் விழுங்கப்படுவது போல உணர்ந்தான்.

பிரதீபன் தமயனுக்கு செய்த முதல் வேலை அவனை கடத்துவதற்கான செலவை எழுத்து வடிவில் கொடுத்தது. அத்தோடு

''வட்டிப்பணம் 600 யூரோ. வேலை எடுத்து நீ தான் கட்டணும்.' எல்லாவற்றுக்கும் முதல் அகதி அடைக்கலம் கோரவேண்டும். அதற்கு பல வழிகள் உண்டு.

முதலில் கேஸ் எழுதுகிறவர்கள் இடம் போக வேண்டும். அவர்களுக்கு முற்பணமாக 500 யூரோ. நீண்ட காலத்தின் முன் வந்த அகதிக் கெட்டிக்காரர், பின் வரும் அகதிகளுக்கு கதை எழுதிக் கொடுக்கும் கடை வைத்திருக்கிறார்கள் பாரிசில். அவர்கள் செய்யும் அட்டூழியத்தை விட சிங்களவனிடம் அடி வாங்கியே சாகலாம். முட்டாள் இருக்கு மட்டும் மூன்று தேவிகளும் இருப்பார்கள் போலும்.

அப்படி ஒரு கதை எழுதும் கடையில் குணத்துக்கான அகதி அடைக்கல கதை தயாரானது. மிக வேகமாக கதை எழுதுபவர்கள் அங்கு தான் இருக்கிறார்கள். கதையை சுடச்சுட கொடுத்தார்கள். கதையை படித்தபோது அவன் மூளைக்குள் எரிமலை வெடித்துக் கொண்டிருந்தது. உச்சபட்சமாக யாழ் பல்கலைக்கழகத்தில் படித்ததாக எழுதி இருந்ததை அவனால் ஏற்றுக்கொள்ள முடியவில்லை. அந்த பல்கலைக்கழகம் இருக்கும் பாதையில் செல்வதை அவன் விரும்பாதவன். என்ன செய்ய? 500 யூரோ கொடுத்த கதை அகதி கோரிக்கைக்கு அனுப்பப்பட்டது.

''கண்டபடி தமிழாக்களோட கதைக்காத.''

''வீட்டில் சும்மா இருக்காத சுத்தம் செய்.''

''வேலை இல்லாதவர்கள் தான் இங்கே சமைக்கணும்.''

''சமறிக்காசு மாதம் 250 யூரோ மறக்காத.''

''எங்கயெண்டாலும் திரிஞ்சு வேலை எடு.''

"O. F. F. R. A - வெண்டுடோனும், கேசை பாடமாக்கு."

111தன் தம்பி ஏதோ பாடசாலை அதிபர்போல இட்ட கட்டளைகள் அவனை வெறுப்பின் உச்சத்தில் இருத்தியது. 'இப்படி எப்படி இவங்கள் வாழுறாங்கள்?' தலையில் அடித்துக்கொண்டான்.

அதைவிட குளிரின் கொடுமையும், தெரியாத பிரெஞ்சுமொழியும் அவனை எரித்தது. விட்டில் பூச்சிபோல பலர் எரிந்துகொண்டிருப்பதை அவன் பார்த்தான்.

8 மாதம் ஆகியும் அவனுக்கு ஒரு வேலையும் அமையவில்லை. பிரெஞ்சுக்காரர்களுக்கு வேலை இல்லை என்று பாரிசில் போராட்டம் வேறு வெடித்துக் கொண்டிருந்தது. அதற்கு 'மஞ்சள் சட்டை போர்' என்று தொலைக் காட்சிகள் உறுமின. போர் தான் போகும் இடமெல்லாம் சேர்ந்து வருவதை யாரிடம் அவன் சொல்வது? யாரோ சூனியக்காரரின் வேலை என்று நினைத்துக்கொண்டான்.

O. F. F. R. A என்ற அகதிகளை விசாரித்து வதிவிட அனுமதி வழங்கும் அமைப்பு அவனை விசாரணைக்கு அழைத்திருந்தது. பதட்டம் தொற்றிக்கொண்டது. பிரதீபன் ஓயாமல் இரவில் இராணுவ நடமாட்டம் கண்ட நாய் போல கத்திக் கொண்டே இருந்தான்.

"குணம் இதில் வடிவா கதைச்சு வெண்டுடோனும், பிறகு கோர்ட் கேஸ் என்று சரியான பிரச்சினை, உன்ர கேசை வடிவா படி."

குணம் அந்தக் கதையைப் படிப்பது, ஏதோ கொழும்பில் நாலாம் மாடிக்கு போவது போல உணர்ந்தான்.

அந்த நாள் ஒரு வெள்ளிக்கிழமை காலை 10 மணிக்கு அங்கு விசாரணை. வியாழன் மாலை அங்கு இருந்தவர்கள் துணையோடு பாரிசில் உள்ள கோவில்களுக்கு எல்லாம் சென்று விட்டு இரவு 23h00 மணிக்கு வீடு வந்தான். அங்கு ஆண் பத்திரகாளி போல பிரதீபன் காத்திருந்தான்.

"எங்க திரிஞ்சிட்டு வாராய்?"

"கோயிலுக்கு போய்ட்டு வாறன்."

"இந்த மயிர் சாமிகளா நாளைக்கு O.F.F.R.A வருவினம்? எருமை.. எருமை.."

இரவு ஒரு மணிக்கு தூங்கினார்கள். குணத்துக்கு தூக்கம் வரவில்லை. அது வெண்மை இரவாகவே இருந்தது. அதிகாலை 6 மணிக்கு தயாராகிவிட்டான். ஆழ்ந்த உறக்கத்திலிருந்த பிரதீபனை எழுப்ப கவலையாக இருந்தது. ஆனால் ஏழு மணிக்கு மின்வண்டி ஏறவேண்டும் அவனை எழுப்பி அவசர அவசரமாக மின்வண்டி நிலையம் சென்றார்கள்.

அவன் வாழ்நாளின் முதல் விசாரணை. மின் வண்டியை விட அவன் உடல் நடுங்கிக் கொண்டிருந்தது. சரியாக இங்கு விசாரணை நடக்கும் நேரத்தில் யாழ்ப்பாணத்தில் சாமிகளுக்கு பூசை ஏற்பாடாகியிருந்தது. விசாரணை முடிவில் அந்த மொழிபெயர்ப்பாளர்: 'இன்னும் 21 நாட்களில் உங்களுக்கு பதில் வரும் சாதகமற்ற பதிலாக இருந்தால் நீங்கள் மேன்முறையீடு செய்யலாம்' என்றார்.

வற்றாப்பிளை அம்மனுக்கு பாரிசில் விசாரனை நடக்கும் நேரம் விசேட பொங்கல் நடந்தது. அதனாலோ என்னவோ அகதிகள் வரலாற்றில் நடக்காத காரியம் குணத்துக்கு நடந்தது. இன்றைய தேதியில் உலகத்தில் மணிக்கு 603 km/h மிக வேகமாக பயணிக்கும் யப்பான் மின் வண்டி போல பதில் வந்தது.

சரியாக விடுமுறை நாட்களான சனி, ஞாயிறு விட்டு திங்கட் கிழமை பதில் வந்தது. ஒரு விசாரணை அதிகாரி இவ்வளவு வேகமாக கடமையாற்றியதை நினைக்க ஆச்சரியம் அலைமோதியது.

'ஆகவே, தங்கள் அகதிக் கோரிக்கை நிராகரிக்கப்படுகிறது.'

-தங்கள் நம்பிக்கையுடைய அதிகாரி-

+

சாமிகள் சேர்ந்து குணத்தின் வாழ்க்கைக்கு அர்ச்சனை செய்துவிட்டார்கள். இனி வரும் நாட்களை அவனால் நகர்த்த முடியாது. தன் வாழ்க்கையை இந்த உலகம் அழித்துவிட்டது. இதில் விடுபட மரணம் தான் முடிவு என்று அவன் முடிவு எடுத்துவிட்டான். அதிவேக மின்வண்டியின் ((575km/h) ஒலி கேட்டது. பாய்வதற்கு தயாராகி தன் வயிற்றை தூக்கிக் கொண்டு அந்த பாலத்தின் விளிம்புக்கு சென்றபோது, மின்வண்டி 50 கிலோமீட்டர் கடந்து விட்டிருந்தது.

மரணமும் தன்னை விரும்பவில்லை என்ற வெறியோடு, வெறித்த பார்வையில் நின்ற போதுதான் குணத்தின் முதுகைப் பற்றினேன்.

இளம்சிங்க பண்டாரம்

+ இலங்கையின் கோட்டே இராசதானி (கொழும்பு) 1506 இல் போர்த்துக்கேயரிடம் தாமதமின்றி சரணாகதி அடைந்தது. ஆனால் 103 ஆண்டுகள் யாழ்பாண இராசதானி எதிர்த்து நின்றது.

+ முதலாம் சங்கிலிய மன்னன் உறுதியோடு முதலாவது போர்த்துக்கேயரின் ஆக்கிரமிப்பை எதிர்கொண்டார் (1560). அப்போது, அவரின் மகன்களில் ஒருவரை பிணைக்கைதியாக கோவா கொண்டு சென்றனர்.

+ இரண்டாம் சங்கிலி மன்னன், போர்த்துக்கேயரின் மூன்றாவது யாழ்ப்பாண போரில் கைது செய்யப்பட்டு இந்தியாவில் உள்ள கோவாவில் (1621) தூக்கிலிடப்பட்டார்.

காலம்:- 1620 மார்கழி

இடம் :- கோவா போர்த்துக்கேய கோட்டை.

நேரம்.:- ஓர் அடிமை இரவு.

"யாரோ அரச குலத்தவரை இழுத்து வந்திருக்கிறார்கள். இந்த பச்சையம் இல்லாதவர்கள். எங்கோ இருந்து புதுமையான கருவிகளோடு வந்து சிலுவை மதத்தையும் பரப்பி எங்களை ஆள

நினைக்கிறார்கள். எங்களிடம் வீரம் இருந்தன. கருவிகள் இல்லையே!'' என்று மறுகிக்கொண்டிருந்தார். 'டொன் பிலிப் டீசா' என்ற பெயரை போத்துக்கேயர் வழங்கினாலும், அதை ஒருபோதும் ஏற்காமல் எப்போதும் 'ஓம் சிவ சிவ' என்று தனக்குள் முணு முணுத்துக் கொண்டே இருந்தார் இளஞ்சிங்க பண்டாரம்.

அந்த அரச குலத்தவன் யாராக இருக்கும்? அதற்கு சூரியன் வரும் வரைக்கும் காத்திருக்க வேண்டுமே! சாமம் இரண்டு நாழிகையாகியும் தூக்கம் தொலை தூரத்துக்கு ஓடிச் சென்றுவிட்டது. நினைவுகளும் எதிர்காலமும் அவரை ஆட்டிப் படைத்தது. மார்கழி குளிரும், கோவா கோட்டையின் கடற்காற்றும், அரச சிறைக்கூடத்தை கொடும் ஆட்சி செய்தது.

தன் நெஞ்சப் பரப்பை தடவியபோது, மெழுகு வெளிச்சத்தில் எல்லா முடிகளும் நரைத்திருந்ததை பார்த்தவாறே, தனக்கு எழுபத்தைந்து வயதாகி விட்டதை நினைத்தார். அவர்களுடைய பெயரையும், (டொன் பிலிப் டீசா) சிலுவை மதத்தையும் ஏற்றிருந்தால், இன்று கோவாவில் உள்ள கோட்டையில் சுதந்திரமாக உலாவி இருக்கலாம். அரச பரம்பரை பெண்ணை திருமணம் கூட செய்து வைத்திருப்பார்கள் என்று நினைத்த போது அவர் கன்னங்களில் புன்முறுவல் அலைக்கோடுகளாக வந்து போனது. உயிரோடு இருப்பதற்கு அவரிடம் இருக்கும் மூலிகை வைத்திய அறிவே காரணம்.

1560ல் 15 வயது அரசகுமாரன் ஆக இருந்தபோது, யாழ்ப்பாண இராட்சியத்தில் தந்தை முதலாம் சங்கிலியனை இடரில் இருந்து மீட்கவும், போர்த்துக்கேய ஆதிக்கத்தை தந்திரமாக தகர்க்கவும், பிணைக்கைதியாக போர்த்துக்கேயரிடம் சென்றார். அந்த நேரம் தந்தை சிவந்த கண்களோடு 'உன்னை மீட்பேன்! அல்லது நீ மீண்டு வருவாய்' என்று சொன்ன வார்த்தைகள் மட்டுமே யாழ் இராச்சியம் சம்பந்தமாக

அவரிடம் எஞ்சி நின்றது. "இன்று 1620 நான் பிணைக்கைதியாகி 60 வருடங்கள் கடந்துவிட்டது. யாழ்ப்பாண இராட்சியம் முழுவதுமாக போத்துக்கேயர் வென்று இருப்பார்களோ?" அல்லது ஈழ தேசம் பூராகவும் வென்று இருப்பார்களோ? தந்தை இறந்தாலும், என் அண்ணன் "புவிராஜ பண்டாரம்" ஆட்சி செய்வான். ஆனால், சிறுவயதில் இருந்து அவன் விவேகமானவனாக இருக்கவில்லையே? எப்போதும் அன்னையைத் தேடிக் கொண்டிருப்பானே? அப்போதெல்லாம் உணவு உண்பதில் காட்டும் அக்கறையை குருகுல பாடங்களில் காட்ட வில்லையே? என்னைவிட நான்கு ஆண்டுகள் மூத்தவன் அப்படியென்றால் இப்போது 79 வயதாகி இருக்கும். என் நல்லூர் அடிமைப்பட்டிருக்குமோ? என்று நீண்ட நாட்களின் பின் நினைவுகள் நெருப்பில் வேகும் இறைச்சித்துண்டாக இருந்தது. கருகி உருகிப்போனது தூக்கம்.

வழமையாக அதிகாலையில் சூரியனைப் பார்க்க எழுந்துவிடும் இளம்சிங்க பண்டாரம், நீண்ட காலத்தின் பின் சூரியன் வந்த பின்னும் எழும்பவில்லை. அவரிடம் மருத்துவம் கற்கும் இளம் போர்த்துக்கேயன் டோன் பிரான்சுவா தேடி வந்து எழுப்ப வேண்டி இருந்தது. அவர் கண்களைத் திறந்தபோது, உலகம் இயங்கிக் கொண்டிருந்தது. அவருக்கு எறும்பு கடித்தது போலிருந்தது. டோன் பிரான்சுவாவும் ஒருவித கலவரத்தோடு இருந்தது தெரிந்தது.

"உங்கள் உடலுக்கு ஒன்றுமில்லையே?" என வினாவினான் நீண்டிருந்த சூளியை ஒதுக்கியவாறு. அவன் போத்துக்கேயனாக இருந்தாலும், கோவாவில் பிறந்தவன். 20 வயதை எட்டியவன். தன் மூலிகை மருத்துவ ஆசானிடம் மிகுந்த மதிப்பு வைத்திருப்பவன்.

"இல்லை இல்லை" என்று வினோதமாக நாரைக் கொக்கின் குரலில் பதில் சொல்லி எழுந்து கல் இருக்கையில் அமர்ந்துகொண்டார்

இளம்சிங்க பண்டாரம். மெழுகு உருகி தீர்ந்திருப்பதையே கண்கள் குத்திப் பார்த்திருந்தது.

டோன் பிரான்சுவா அங்குமிங்கும் பார்த்துவிட்டு அவரருகே வந்து ''உங்கள் நாட்டு அரசனைத் தான் பிடித்து வந்திருக்கிறார்கள்'' என்றான்.

''என்ன சொல்கிறாய்? அவன் பெயர் என்ன?''

''ஏதோ இரண்டாம் சங்கிலி என்கிறார்கள்.''

''என் இராச்சியம் அடிமைப்பட்டு விட்டதா?''

''என் பிரியத்துக்குரிய பிரான்சுவா எப்படியாவது என்னை அவனுடன் பேசவைப்பாயா? எவ்வளவு முடியுமோ அவ்வளவு சீக்கிரம்!''

''குருவே ! அவசரம் வேண்டாம். இன்று இரவு சிறைப்பாதுகாப்பை நான் பெறுகிறேன். அப்போது அந்த கைதியிடம் அழைத்துச் செல்கிறேன்.''

இளஞ்சிங்க பண்டாரத்தின் அன்றைய பகற்பொழுது இருட்டிப் போயிருந்தது. இந்த பகல் ஏன் இவ்வளவு நீள்கிறது? என்று முதன்முதல் பகலை சபித்துக் கொண்டிருந்தார். ஜேசு பண்டிகை நெருங்கியதாலோ? மன்னன் ஒருவனை பிடித்து வந்ததாலோ என்னவோ. கோட்டை எங்கும் போதை ஊறிய போர்த்துக்கேய வார்த்தைகளாக காற்று நிறைந்து கிடந்தது. அன்றைய மாலை கோட்டையின் மேற்தளத்தில் அரபுக்கடலைப் பார்த்தவாறு இருந்தார்.

நல்லூர் எரிந்திருக்குமோ? இரண்டாம் சங்கிலி யாராக இருக்கும்? என்ற கேள்விகள் பெருகிக் கொண்டிருந்தது. தப்புவதற்கு தான் எடுத்த முயற்சிகள் தோல்வியில் முடிந்து, இறுகிய பாதுகாப்புத்தான் பரிசாய்க் கிடைத்ததையும் நினைக்கத் தவறவில்லை. கடல் சூரியனை அருந்த ஆரம்பித்ததும், தன் இடத்திற்கு சென்று டொன் பிரான்சுவாவுக்காக

காத்திருந்தார். பல ஆண்டுகளின் பின் மூச்சுப்பயிற்சியில் ஈடுபடுவதை மறந்திருந்தார். வாசலையே பார்த்துக் கிடந்தது மனது. மெழுகு வெளிச்சம் கண்டதும், பரவசப்பட்ட தளர்ந்த உடல். ஆ.. ஆ.. அந்த மெழுகை தடித்த காற்று தின்றுவிட்டது. வருவது டொன் பிரான்சுவா தான்.

அவன் நெருங்கி வந்து: 'குருவே வாருங்கள்' என்றான். இருட்டில் அவனது வெள்ளை உருவம் துணையாய் இருந்தது. அந்த அறையை அடைந்ததும் அங்கு வெளிச்சமில்லை. டொன் பிரான்சுவா மெழுகுதிரியை மூட்டினான். உலோக கயிற்றால் வலது கால் தூணில் கட்டப்பட்ட கல் இருக்கையில் இரண்டாம் சங்கிலி அமர்ந்திருந்தான். இருவரின் முகங்களையும் பார்த்ததுக்கொண்டிருந்தது மெழுகு ஒளி.

யாழ்ப்பாண அரசராக முதல் பிணைக்கைதியானவரும், அரசனாகிய பின் தண்டனைக் கைதியானவரும் சந்தித்துக்கொண்டார்கள்.

இளஞ்சிங்கம் 'சிவசிவ' என்றார்.

தன் இனத்தின் முதியவர் ஒருவர்தான் என்று உணர்ந்த மன்னர் சங்கிலி:

''சிவசிவ நீவிர் யாரோ?'' என்றார்.

''நானே இளஞ்சிங்க பண்டாரம். யாழ்ப்பாண இளவரசனாகப் பட்டவன். 1560 பிணைக்கைதியாகப் பட்டவன்.''

''யான் அறிந்தேன்! யான் அறிந்தேன்!''

என்றவாறு எழுந்து, திருவிழாவில் தொலைத்த தாயும் பிள்ளையும் கண்டுகொண்டது போல கட்டியணைத்தார்கள். சில நிமிடங்கள் அந்தக் சிறைக் கூடத்தை ஏக்கமும், இழப்பும், வியப்பும் நிறைந்திருந்தது.

"மன்னரே! நம் இராட்சியம் வீழ்ந்து விட்டதா? என்ன நடந்தது? யான் 60 ஆண்டுகளாக இந்த கோட்டையை தாண்ட முடியவில்லை. எந்த சேதியும் என்னை அண்டவில்லை.''

சங்கிலியால் வியப்பை கட்டுபடுத்த முடியவில்லை. மன்னர்களிடையே தான் நேசித்தவரும் 40 ஆண்டுகள் போர்த்துக்கேயரை எதிர்த்து நல்லூரை ஆண்டவருமாகிய மூத்த சங்கிலி மன்னனின் நேசிப்பிற்குரியவர் என்று சொல்லப்பட்ட 'இளஞ்சிங்க பண்டாரத்தை' அவரின் முதிய தோற்றத்தில் சந்திப்பேன் என்று நினைக்கவில்லை. அவர் இறந்திருப்பார் என்று யாழ்ப்பாண இராட்சியம் நினைத்தது.

"தங்களைப் பிணைக்கைதியாக அனுப்பியபோது நான் பிறக்கவில்லை. ஆனால் உங்கள் கதைகளையெல்லாம் யான் அறிந்துள்ளேன். 'போர்' குருகுலத்தில் உங்கள் சாகசங்களை அறிந்திருக்கிறேன். அந்த வயதில் தலைக்கு பின்னால் இருக்கும் மாங்காயை பார்க்காமல் வேலை எறிந்து வீழ்த்துவீர்கள் என்ற செய்தி பெருமையோடு சொல்லப்பட்டது. தங்களின் தந்தையார் தங்களை விடுவித்து மன்னராக்க கடும் முயற்சி எடுத்தார். அது பலிக்கவில்லை. அடுத்த ஆண்டே அவர் மனம் பேதலித்துப் போனார். ஆதலால் புவி ராச பண்டாரத்திற்கு முடிசூட்டப்பட்டது.

தங்கள் பிரிவை ஆற்றாமல் 1565 ல் தங்கள் தந்தையும், எங்கள் மன்னருமான மூத்த சங்கிலி ஒரு அதிகாலைப்பொழுதில் சூரிய வணக்கத்தின் பின்னர் இறைவனடி சேர்ந்தார். தங்களின் அண்ணனின் விவேகமற்ற நிலையால் அவரை அகற்றிவிட்டு 'காசி நாயினார்' 1565ல் அரசைக் கைப்பெற்றினார்.

ஆனால் பெரிய பிள்ளைப் பண்டாரம் என்பார் பெரும் துரோகம் செய்தார். காசி நாயனாரை அகற்ற மன்னாரிலிருந்த போர்த்துக்கேய

தளபதியை நாடினார். ஜோர்ஜ் தெமேலோ என்பான் சூழ்ச்சியால் நஞ்சு வைத்து காசி நாயனாரைக் கொன்றுவிட்டு 1570 ல் பெரியபிள்ளையை அரசராக்கினான்.

யாழ்ப்பாண இராச்சியத்தின் அவமானம் அவன். வன்னியில் மறைந்து தன் வலுவை வளர்த்த தங்கள் அண்ணன் புவிராஜ பண்டாரம் வலுவோடு மீண்டு வந்தார். 1572ல் பெரிய பிள்ளையை நீக்கிவிட்டு மீண்டும் அரசரானார்.

அவர் தஞ்சை, சீதாவாக்கை, கண்டி அரசுகளோடு இரகசிய உறவை பேணினார். தஞ்சையிலிருந்து படைகள் கண்டிக்கும், சீதா வாக்கைக்கும் துறவி வேடமிட்டு செல்ல உதவினார். அதை துரோகிகள் காட்டிக் கொடுத்ததால், கோட்டை துரோகப் படைகளும் போர்த்துக்கேயரும் கருவிகளோடு கப்பல்களில் வந்து தாக்கினர். எதிர்பாராத தாக்குதலால் மன்னர் பிடிபட்டார். தங்களின் அண்ணன் தலையைக் கொய்து அவரை வேலில் நட்டு நல்லூரில் பார்வைக்கு வைத்தனர். அந்த கொடூரர்கள் கொன்று குவித்தனர். அப்போது எனக்கு 11 வயது.''

''மேலும், சொல்லுக மகனே.. என் மன்னனே...'' என்றார் கண்களும், இதயமும் அதிர்ச்சியோடு விரிந்த நிலையில் இளம்சிங்க பண்டாரம்.

''தாங்கள் என் தந்தைக்கும் தந்தை போன்றவர்'' என்று அவர் கரங்களை பற்றி முத்தமிட்டார் இரண்டாம் சங்கிலி.

''கொல்லப்படும் தருவாயில் இருந்த, மன்னர் படையில் பணியாற்றிய 'எதிர்மன்னசிங்கம்' என்பவர் இளைஞராக இருந்தார். அங்கு கொலை வேலைகளில் ஈடுபட்டிருந்த போது போர்த்துக்கேய தளபதியின் காதுகளில் அந்த இளைஞர் தங்களுக்கு ஆதரவான பெரிய பிள்ளையின் மகன் என்று யாரோ குசுகுசுத்ததால், அவரை மன்னராக்கி அவரோடு நல்லூர் ஒப்பந்தத்தை 1591ல் போத்துக்கேயர்

செய்துகொண்டார்கள்.

மன்னர் எதிர்மன்னசிங்கம் உள்ளுக்குள் போர்த்துக்கேயரை வஞ்சம் தீர்க்க வேண்டுமென்றே இருந்தார். ஆனால் அவரால் ஆயுதக் கருவிகளை எதிர்க்க முடியவில்லை. அவரின் படையில் நான் இருந்தேன். பல திட்டங்களை சொன்னேன். எதற்கும் பதில் இல்லாமல் இருந்தது. மன்னாரில் உறைந்த கேதீச்சரரின் திருக்கோவிலை இடித்து கொடியோர் கோட்டை கட்டியிருந்தனர்.

1615ல் மன்னர் சிவனடி சேர்ந்தார். அவருடைய இளவரசன் சிறுவனாக இருந்ததால் 'அரசகேசரி' என்ற மன்னரின் மாமனாரிடம் அரசு பொறுப்பில் விடப்பட்டது. அவரும் போர்த்துக்கேயரை துடைத்தெறிய முற்படவில்லை. நான் பல ஆலோசனைகளை கூறினேன். எதற்கும் செவி சாய்க்க வில்லை. இறுதியில் எதிர்மன்னசிங்கம் மன்னரின் அக்காள் மகன் ஆகிய நான் அரசகேசரியை அகற்றிவிட்டு 1617ல் ஆட்சிக்கு வரவேண்டி ஏற்பட்டது.''

''மகனே!'' ஓ.. என் அரசகேசரி.. அவன் என்னோடு மன்னர் பள்ளியில் கற்றவன். அவனுமா வீரமிழந்தவனானான்? பெருங்கேடு.. பெருங்கேடு...''

''நான் அரசேற்றதும், வருணகுலத்தான் படையையும், தஞ்சை படையையும் இணைத்து மன்னாரை மீட்பதற்கு பெரும் படை தயார் செய்தேன். அவர்களுக்கு கொடுக்கும் திறையை உடனடியாக நிறுத்தினேன். கடும்போர் புரிந்தோம். ஒலிவேரா என்பான் 5000 படையுடன் வந்திருந்தான். எங்கள் வேல்களை விட அவர்களின் நவீன கருவிகள் பலமானவையாக இருந்தன. என்னை நம்பி வந்த படைகளை தன்னிடம் ஒப்படைத்தால் என்னை ஆளவிடுவதாக ஆசை காட்டினான் ஒலிவேரா. தற்காப்பிற்காக தஞ்சைக்கு பின்வாங்க

முடிவெடுத்தேன். அப்போது கடல் கொந்தளித்ததால் கடலில் போர்த்துக்கேயரால் சிறைபட்டேன்.''

''ஓ என் மன்னனே நீ வீரன்! நல்லூரின் வீரம் நீ!'' என்று மருண்டு நின்றார் இளம் சிங்கம். காலில் கட்டப்பட்ட உலோகக்கயிறு அவர்களை மௌனமாக்கியது. திடீரென எழுந்த மன்னர் சங்கிலி தன் இடுப்பில் மடிக்கப்பட்ட ஒரு பொருளை ரகசியமாக எடுத்தார். இளம்சிங்க பண்டாரம் வியப்போடு பார்த்தார்.

''தந்தையே இது என் நல்லூர் மண். வாழை இலையால் இறுக மடித்து என் மீதும், என் மண் மீதும் பற்றுக் கொண்ட இளம் வீரன் நான் புறப்பட்டபோது இதை தந்தான். இதை நீங்கள் வைத்திருங்கள்.''

''தங்களிடம் இருப்பதே மண்ணுக்கு சிறப்பு.''

''இல்லை, வருகிற தைத்திங்கள் இரண்டாம் நாள் என்னைத் தூக்கிலிடப் போகிறார்கள். என்னை சிலுவை மதத்துக்கு மாறினால் தூக்கிலிட்ட பின்னர் நடுகல் வைப்பார்களாம். அதை மறுத்துவிட்டேன். அந்நியர் முற்றத்தில் எனக்கென்ன நடுகல்? அவர்கள் என்னை எரிக்கட்டும். நான் காற்றாக சுதந்திரத் தீயாய் நல்லூருக்கு செல்வேன்.''

இளஞ்சிங்க பண்டாரத்தின் கண்கள் பணயக்கைதியாகிய 60 ஆண்டுகளில், முதல் முதன் கண்ணீரை உற்பத்தி செய்தது. பாலைவனப் பகல் நீர் போல அது கொதித்து மன்னரின் தோள் பட்டையில் விழுந்தது.

அப்போது சூரியன் எழுந்துவிட்டதை அதிகாலைப் பறவைகள் அறிவித்தது. டொன் பிரான்சுவா 'விடியப் போகிறது, வாருங்கள்ம வாருங்கள்...' என்று பீதியோடு அவர்களை பிரித்துச்சென்றான்.

1622 தைத் திங்கள் இரண்டாம் நாள் மன்னன் இரண்டாம் சங்கிலி தூக்கிலிடப்பட்ட செய்தி இளஞ்சிங்கத்தை சிதைத்துக்கொண்டிருந்தது.

சில நாட்களில், தூக்கத்தில் இருந்து மதியமாகியும் இளஞ்சிங்க

பண்டாரம் எழும்பவில்லை. டோன் பிரான்சுவா அழைத்தபோது குரல் இல்லை. அருகே சென்றபோது மூச்சுப்பயிற்சி செய்வது போல கல் இருக்கையில் சாய்ந்திருந்தார். வெளியேறிய மூச்சை உள்ளிழுக்க அவர் மறந்துவிட்டார். வலது கரம் மடித்து இடது நெஞ்சில் இறுகிப்போய் இருந்தது. அந்த விரல்கள் வாழை இலையால் சுற்றப்பட்ட நல்லூர் மண்ணை இறுகப் பற்றி இருந்தது.

388 ஆண்டுகளின் பின், இதே போல் ஒரு வீரன் வங்கக்கடல் ஓரம், நந்திக்கடல் மடியில் வலது கையில் தன் மண்ணை இறுக்கி இடது நெஞ்சில் அணைத்தவாறு வீர மரணமடைவான் என்று அவருக்கெப்படித் தெரியும்?

வண்டு தின்ற பிள்ளைகள்

ஒரு சிறிய கருமேகம் அலைந்து கொண்டிருந்தது. ராணித்தேனீயை தேனீக்கள் கட்டியணைத்து தேன்கூடு உருவானதைப் போல திடீரென கருமேகம் உருவாகி வானத்தை மறைத்தது. பிந்தி எழுந்து வேலைக்குச் செல்பவன் போல காற்று வீச ஆரம்பித்தது. சிறுபிள்ளைக்கும் தெரிந்துவிடும் மழை கொட்டப்போகிறதென்று.

ஐம்பதில் இருந்து அறுபதை நோக்கி வயதை தள்ளிச் சென்றுகொண்டிருந்த அம்பிகாவுக்கும் மழை வரப்போகுதென்று தெரிந்துவிட்டது. பறந்து வந்து முற்றத்தில் காய்ந்து கொண்டிருந்த உடைகளை எடுத்துக்கொண்டு வீட்டுக்குள் சென்றாள்.

வாசற்படியில் ஒய்யாரமாக அமர்ந்திருந்த கற்பகக்கிழவி வெற்றிலையில் சுண்ணாம்பை மோதிர விரலால் தடவி பல்லிருக்கும் கொடுப்புக்குள் பவுத்திரமாகக் கொண்டுபோய் வைத்தது. 'ஆச்சி மழை அடிச்சு ஊத்தப்போகுது கச்சானை உள்ள எடுத்துவாங்கோ..' என்றாள் அம்பிகா. கிழவி, 'என்னடி புள்ள பொட்டெடன வருது மழை? காத்து விடாதுபோல!' என்று புறுபுறுத்தவாறு ஊன்றுகோலை எடுத்துக்கொண்டு குடு குடு வென நடந்துபோனாள்.

இவ்வளவு நேரமும் இந்தக்காற்று எங்கே ஒழிந்திருந்தது? கொரில்லா போராளிகள் போல கரிய மேகத்தை கலைத்துவிட வெறிகொண்டு வீசியது.

அம்பிகா, உடைகளை காய்ந்தது, காயாதது எனப் பிரித்துக் கொண்டிருந்தாள். அப்போது பெரிய மூன்று சத்தம் கேட்டது. வானில் இருந்து கும்பகர்ணன் விழுந்தது போல அது இருந்தது.

"கிழவிக்கு ஏதும் ஆச்சோ?" என்று பதறியபடி முற்றத்தை நோக்கி அம்பிகா ஓடிவந்தாள்.

"ஆச்சி.. ஆச்சீ... எணை...!"

"ஓம் பிள்ள என்ன சத்தம்? வீட்டுக் கோடிக்க எல்லோ கேட்டது?"

அம்பிகா, தாவாரப்பகுதியூடாக அரணெடுத்து வீட்டின் பின்பக்கம் நகர்ந்தாள். பின்னால் ஒரு தளபதி ஊன்றுகோலுடன் செல்வதுபோல சேலைத்தலைப்பால் தலையை மூடிக்கொண்டு கற்பகக்கிழவி சென்றாள்.

மூன்று பிள்ளைகளும் வீழ்ந்து கிடந்தன. அம்பிகா, 'ஐயோ!, ஆ... ஆ...ச்...சி..' என்று நெடில் ஸ்வரங்களால் சத்தமிட்டாள்.

கற்பகக்கிழவி "பாழ்பட்ட காத்து... பாழ்பட்ட காத்து..." என்று பிளிறிக்கொண்டு அந்த மூன்று பிள்ளைகளை நோக்கி ஓடினாள். அம்பிகா நின்ற இடத்தில் ஏங்கிப்போய் அசைவற்று நின்றாள்.

"அடி வயித்துப்போக்கு பிள்ளையளை வண்டடிச்சுப் போச்சுதடி... அங்கபார் அடிப்பகுதி போறையாக்கிடக்கு. என்ர சீவியத்தில் இப்படிப் பார்க்கேல்ல" என்று தன் ஆதங்கத்தைச் சில கெட்ட வார்த்தைகளைக் குழைத்து வண்டுகளைச் சபித்துக்கொண்டிருந்தாள்.

'வண்டு' என்ற சொல்லுக்கு யுத்தத்தில் தோய்ந்த வன்னி நிலத்தில் இலங்கை அரசாங்கம் புதுப்பெயரை ஏற்படுத்தி இருந்தது. தமிழுக்கு

அரசாங்கம் செய்த பணிகளில் அதுவும் ஒன்று. விமானத்தில் குண்டுகளை நிரப்பி அனுப்ப முதல் ஒரு உளவு விமானத்தை அனுப்புவார்கள். அது வானத்தில் வண்டு போன்ற அளவில் தெரியும். அந்த பெயருக்கு மதிப்புக் கொடுக்கும் முகமாக வண்டின் சத்தத்தை வெளியிடும்.

அதனால் குண்டுகளை பரிசாகப் பெற இருந்த தமிழர்கள் அந்த உளவு விமானத்திற்கு வைத்த பெயர் ‘வண்டு’. சில சமயங்களில் பூச்சி வண்டு சத்தமிட்டபோது தலைதெறிக்க ஓடி பங்கருக்குள் ஒழிந்த வீரத்தமிழர்களும் இருந்தார்கள்.

ஆதலால் வானத்தில் திரியும் வண்டை அறிந்த அம்பிகாவால் தென்னைகளை அடியோடு அறுக்கும் மண்ணுக்குள் திரியும் வண்டை யுத்தம் செத்த பிறகுதான் அறியமுடிகிறது.

அம்பிகாவால் பேச முடியவில்லை. மூன்று மரங்களையும், அதன் அடிப்பாகங்களையும் மெதுவாக நகர்ந்து பார்த்தாள். மூன்று தென்னம்பிள்ளைகளும் தமது ஆயுளின் முதல் பாளைகளையும், குரும்பைகளையும் ஏந்திக்கொண்டு சரிந்து கிடந்தன. வயிற்றில் குழந்தையோடு ஒரு தாய் குண்டடிபட்டு வீழ்ந்து கிடக்கும் காட்சிதான் அம்பிகாவின் மூளையை மூடி நின்றது.

அந்த வளவில் யுத்தம் முடிந்து மீள்குடியேறியதும், வீடு கட்டமுதல் நடப்பட்ட உயிர்கள் அந்த மூன்று தென்னம்பிள்ளைகளும்தான். இடம்பெயர முதல் தென்னை, பனை, வேம்பு, மா, பலா, கொய்யா, பாலை, வீரை, முருங்கை என்று சோலையாக இருந்தது அந்த வளவு. யுத்தத்தை முடித்துவிட்டு மீண்டு, மீண்டும் அங்கு சென்றபோது முழு மரங்களும் மண்தின்னிகளால் அறுத்து எடுக்கப்பட்ட அடையாளத்தை வைத்துக்கொண்டு அந்த வளவு இருந்தது. அம்பிகா வந்து கால் வைத்ததும் வளவு துள்ளிக் குதிக்க ஆரம்பித்தது.

இன்று மீண்டும் அவள் தனிமைக்கு தள்ளப்பட்டாள். அவள் அடைகாத்த உயிர்களில் அம்பிகாவின் இறுதி நம்பிக்கையான அந்த தென்னம்பிள்ளைகளும் வண்டடித்து வாழ்விழந்துவிட்டன. அவளுக்கு தோய வேண்டும்போல் இருந்தது. அவள் மௌனியாகி கிணற்றடி நோக்கி நடந்தாள். பூப்போட்ட மக்ஸ்சியோடு கப்பியால் கிணற்றில் அள்ளி முழுகினாள்.

+

அம்பிகா கறுப்பி குளத்தில் நீர் சூழ்ந்த செழித்த கிராமத்தில் பிறந்தவள். எல்லாளன் என்ற ஈழத்தை முழுவதுமாக 44 ஆண்டுகள் ஆண்ட மன்னன் காலத்து குளம் வவுனிக்குளம். அப்பெருங்குளம் சிந்தும் பெரு வாய்க்கால் உருவாக்கிய சிறுகுளம் கறுப்பிகுளம். அது ஒரு வானளாவிய மருத மரத்தை மையமாகக் கொண்டு தன்னை வளப்படுத்திய குளம். அந்தக் குளம் மாரிகாலத்தில் வெளியேற்றும் நீரும், வயல்கள் வெளியேற்றும் மீதி நீரும் சேர்ந்து பாலியாற்றில் சென்று கலக்கிறது. அப்படி ஒரு ஆறு ஒன்றை ஈன்று தாயான குளம் கறுப்பி குளம்.

'கறுப்பி குளம்' என்ற பெயரை வைத்த கவிஞன் யாரென்று தெரியவில்லை. அந்தக் குளத்தில் எப்போதும் தமிழரின் ஆதித்தோழர்களான எருமை மாடுகள் குளித்துக் கொண்டிருப்பார்கள். அவர்கள் முதுகுகளில் கொக்குகள் குடித்தனம் நடத்தும். மீதி இடங்களில் தாமரை மலர்ந்திருக்கும். இப்படிப்பட்ட கலைநிறைந்த அழகு, அசல் கறுப்பியிடம்தான் இருக்குமென்று அந்த கவிஞன் நினைத்திருக்கலாம். அந்த கறுப்பி குளக்கிராமத்தில் பிறந்த மாமை நிறத்தவள் அம்பிகா.

அம்பிகாவோடு வஞ்சகமில்லாமல் ஐந்து சகோதரிகள் பிறந்தார்கள். அம்பிகாவுக்கு தந்தை சின்னத்தம்பியார் வைத்த பெயர்

யோகாம்பிகை. அந்தப் பெயர் பள்ளிக்கூட டாப்பில் பதிந்ததோடு நின்று போனது. பொதுவாக அம்பிகா என்றும் ஆசையக்கா, சின்னக்கா, பிள்ளை என்று பல பெயர்களால் அவரவர் விருப்பம் போல அழைக்கப்பட்டாள். பெயர் மருகி ஒரு கட்டத்தில் 'அம்பியா' என்றாகிப் போனது.

1950-1970 இடையில் ஈழ நிலத்தில் பிறந்தவர்கள் குறைந்தது ஐந்து பேரும் கூடியது பதினைந்து பேருமாக பிறந்தார்கள். ஒவ்வொரு வீடும் சிறு கிராமமாக இருந்தது. அம்பிகாவின் தந்தை ஐந்தும் பெண் பிள்ளைகள் என்ற பின்னர் ஊருக்கும் வீட்டுக்கும் நல்ல காரியம் செய்தார். வீட்டை விட்டு ஓடிப் போய் விட்டார்.

அவருக்கு சிங்களமும், ஆங்கிலமும் அத்துப்படி. அவர் சிங்கள நாடு சென்று இருக்கலாம்.அல்லது ஆங்கில நாடு சென்றிருக்கலாம். அவரை தேடும் நிலையில் அம்பிகா வீட்டுத் திறைசேரி இருக்கவில்லை.

தாய் மகேஸ்வரி யாரிடமும் மண்டியிடாமல் மண்கிண்டி, மண்கிண்டி ஒரு ராணி நாட்டைச் சீரோடு பார்ப்பது போல அந்த வீட்டைப் பார்த்தார்.

அங்கு இரண்டாம் தாய்போல் அம்பிகா வளர்ந்தபோது அவள் அந்த கிராமத்து தேவதை போல இருந்தாள்.

சிறுபிள்ளைகள் வட்டம் போட்டு விட்டு கண், மூக்கு, வாய் கீறுவார்கள். அப்படி கீறி விட்டது போல வட்ட முகம். சீயாக்காயும், வறுமையின் சைம்போவான பனம்பழ பாணியும் உருவாக்கிய நீண்ட கருங்கூந்தல். இப்படி இன்னோரன்ன அழகால் கிராமம் உற்சாகமானது. அவள் பத்தாம் வகுப்பில் முதல் மதிப்பெண் எடுத்த மறு நாள் தங்கன் என்ற காளை அவளை கூட்டிக் கொண்டு ஓடிவிட்டான்.

அக்கால இலங்கையில் காதல் தடைசெய்யப்பட்ட விடயம். அதனால் தடை உடைத்தலும், ஓடுதலும் பரவலாய் நடந்த

வைத்தியங்கள். தறுமு கடும் உழைப்பாளி. இப்போது நான்கு பெண் சகோதரிகளை வைத்திருந்த அம்பிகாவை வைத்திருக்க ஆசைப்பட்டதால் கடுமையாக உழைக்க வேண்டிய விதி அவன் தலைமேல் குடைபோல் நின்றது

அம்பிகாவுக்கு மூன்று குழந்தைகள் பெற வேண்டும் என்பது விருப்பம். ஆனால் 1986 ம் ஆண்டும், ஈழ நிலமும் அதற்கு இடம் கொடுக்கவில்லை. வயலுக்கு சென்ற தங்கன் வீடு திரும்பவில்லை. கலப்பை எரிக்கப்பட்டிருந்தது. மாடுகள் சுடப்பட்டிருந்தது. ஆனால் தங்களின் தடயங்களை காணவில்லை. ''ஆமி வந்தது. தங்கள் ஆமியைக் கண்டதும் காடு நோக்கி ஓடினான்'' என்ற செய்தியை மட்டும் அயல் வயற்காரர்கள் திருப்பித் திருப்பிச் சொன்னார்கள். ஆறுமாதக் குழந்தையுடன் அம்பிகா அலைந்து அலைந்து தேடினாள். யாருமே மாற்றிச் சொல்லவில்லை. சொன்னதையே திருப்பிச்சொன்னார்கள்.

காட்டுக்குள் ஓடிய தங்கன் திரும்பி வருவார் என்ற நினைப்பில் முப்பத்தி ஆறு வருடங்களை அம்பிகாவால் கடக்க முடிந்தது. அந்த சாதனைகளுக்கு இலங்கை பலருக்கும் வாய்ப்பளித்துள்ளது. அம்பிகா மட்டும் பெருமைப்பட முடியாது. அவளுக்கு பின்னர் பல பெண்கள் போட்டி போட்டார்கள். காலக் கடவுளால் கைகொட்டி சிரிக்க மட்டும் முடிந்தது.

அவள் தன் சகோதரிகளுக்காகவும், தன் குழந்தையை வளர்த்தெடுக்கவும் கடுமையாக உழைத்தாள். பின் வந்த காலங்களில் இலங்கை அரசாங்கம் இவர்கள் பகுதிக்கு பொருளாதார தடை போட்டது. அது அம்பிகாவுக்கு மட்டும் வசதியாக போய்விட்டது. கத்தரி, வெங்காயம், மிளகாய், பைத்தங்காய் என அவள் தோட்டம் அவளைக் காத்தது. ஆண்களால் மட்டும் செய்யப்பட்ட கலப்பை

பிடித்து உழும் தொழிலை விதி மாற்றி அம்பிகா செய்தாள். மாடுகள் களைப்பில்லாமல் வேலை செய்தது. அழகி செய்யும் தோட்டம் என்று மண் வாரி வழங்கியது. மண் பெண் மீது கொண்ட காதலை காற்று காவிச்சென்றது.

ஊழிக்கூத்தில் மகனை காக்கவென்று அவள் முடிவெடுத்தாள். தன் சந்ததியில் எஞ்சி நின்ற அந்த ஆண்மகனை வெளிநாடு அனுப்பி உயிர் பிழைக்க வைக்கலாம் என்று அவள் நினைத்தாள். சேர்த்த பணமெல்லாம் ஒன்றுகூட்டி மகனை இலங்கையை விட்டு அனுப்பினாள். அதில் கூட அவளுக்கு அதிர்ச்சியே மிஞ்சியது.

மொஸ்கோவில் இருந்து கடைசியாக மகன் பேசினான். கால் நடையாக ஜேர்மனி செல்ல இருப்பதாகச் சொன்னான். இருபது ஆண்டுகளாக தகவல் இல்லை. பூமி 40030 km சுற்றளவு உள்ளது என்கிறார்கள். பையப் பைய நடந்தால் 400 நாட்களில் நடந்து முடிக்கலாம். அம்பிகாவின் மகன் 1000 km இன்னும் நடந்து முடிக்கவில்லை. என்றாவது ஒருநாள் அவன் ஜேர்மனி சென்றுவிடுவான் என்றுதான் அம்பிகா நினைத்துக் கொண்டிருக்கிறாள்.

இப்படித்தான் அவள் காத்திருக்கும் கல்லாக இருக்கிறாள். தங்களின் உயிர் தூசோ, மகனின் உயிர் காற்றோ அவளை உயிர்ப்பிக்கும் என்ற நம்பிக்கையில்.

இடையில் கற்பககிழவி எப்படி வந்தாள்? என்று கொஞ்சம் சுறணை உள்ளவர்கள் கேட்கலாம். உண்மையில் கற்பக கிழவி இடையில் வந்தவள்தான்!

கிழவியின் பெயர் கற்பகவள்ளி. எந்த ஆண்டு பிறந்தது என்பதற்கு எந்த அத்தாட்சியும் இல்லை. கடைசி யுத்தத்தில் தோற்ற நாட்டு மக்கள் சரணடைய வந்து கொண்டிருந்தபோது, அம்பிகாவும் வந்து

கொண்டிருந்தாள். அப்போது பசியில் இறக்கும் தறுவாயில் தனித்து ஒரு மரநிழலில் படுத்திருந்தது கிழவி. அம்பிகா சற்று தண்ணீர் தெளித்து கைதாங்கி கூட்டிவந்த உயிர்தான் கற்பகக்கிழவி.

கிழவியின் பூர்வீகம் வன்னி நிலம். அவர்கள் ஆதி வன்னியர்கள். 1954 ல் வவுனிக்குளம் புனர்நிர்மாணிக்கப்பட்டபோது பல பூர்வீக வன்னிக்கிராமங்கள் குளத்துக்குள் சென்று நீர் தின்றுவிட்டது. அந்த மக்களை கரும்புலியான், பாலிநகர் என்று குடியேறினார்கள். அதில் கரும்புலியானில் குடியேறியதுதான் கற்பகக்கிழவியின் குடும்பம். கிழவிக்கு 11 குழந்தைகள் பிறந்ததாக ஞாபகம் உண்டு. ஆனால் உயிரோடு வளர்ந்தது 6 பிள்ளைகள். 4 பிள்ளைகள் போராளியாகி உயிர் துறந்தார்கள். மீதி இரண்டு பிள்ளைகளும் இடம்பெயரும் போது தமக்கு பாரம் என்று விட்டுவிட்டுச் சென்ற பொருட்களில் ஒன்று கற்பகக்கிழவி.

+

யுத்தத்தில் மாண்டு, உயிர் மீண்டு ஊர் வந்தபோது எல்லா பயன்தரு மரங்களும் வெட்டப்பட்டு இருந்தன. அம்பிகா திட்டமிட்டு, திட்டமிட்டு ஒரு மண் வீடு கட்டினாள். பலமான மண் வீடு கட்டுவதெப்படி என்று பாடம் நடத்தியது கற்பகக்கிழவி. அதற்கு முன் நட்ட உயிர்கள்தான் மூன்று தென்னம்பிள்ளைகள். தென்னைமரம் மனிதர் போல நூறு ஆண்டுகளை வாழ்வின் எல்லையாக வைத்திருக்கிறது. அது நடப்பட்ட பூமியை விட்டு எங்கும் போகாது. அது தன்னை நட்டவனுடன் வாழ்வெல்லாம் பயணிக்கும். தன் வாழ்வின் எல்லாப் பாகங்களையும் மனிதனுக்கு வழங்கும் காமதேனு தென்னை. அந்த மரத்தின்மேல் அம்பிகாவுக்கு ஆசை அதிகம்.

அவள் தன் கையாலேயே குழி தோண்டினாள். எங்கெங்கோ அலைந்து ஆற்று மணல் இட்டாள். அதன்பின்னர் வேப்பம்

புண்ணாக்கை பரவினாள். கற்பகக்கிழவியின் கையால் மூன்று தென்னைகளையும் நட்டாள். கற்பகக்கிழவி குலதெய்வத்தை கூவி அழைத்து தியானித்தது.

அம்பிகா தென்னங்கன்றுகள் வளர்ந்த ஒவ்வொரு நாளையும் அவற்றுடன் வாழ்ந்தாள். தினமும் அவற்றுடன் பேசினாள். தன் அந்திம காலத்தின் துணை நீங்கள்தான் என்று அவற்றின் தலைகள் மேல் சத்தியம் செய்தாள். எண்ணி மூன்று வருடங்களில் மூன்று தென்னைகளும் பாளை கட்டியது. தன்னிடம் இருந்த சங்கிலியை ஒவ்வொரு தென்னம் பாளைக்கும் அணிவித்து மகிழ்ந்தாள். கறுப்பிகுளத்து நிலவும், சூரியனும் அதைப் பார்த்து அதிசயப்பட்டது.

தென்னைகளை இனம், மொழி, சாதி என்று பிரித்து யாரும் எரித்து வீழ்த்தமாட்டார்கள். தான் வாழ்ந்து விட்டபின்னும் அந்த மூன்று தென்னைகளும் தன் வாசத்தை வீசும் என்று நம்பினாள். ஆனால் தென்னைகளை அடியோடு அறுத்துத் தின்று ஏப்பமிடும் காண்டாமிருக கரு வண்டுகளை அவள் அறிந்திருக்கவில்லை. மேகங்களை கலைக்க வந்த காற்றில் மூன்று தென்னைகளும் வீழ்ந்து கிடக்கின்றன.

இருண்ட மேகங்களை காற்று கலைத்து விட்டது. வானம் வெளித்தது. வந்த மழை காணாமல் போய்விட்டது. கிணற்றடியில் முழுகியதும் பாவாடையோ, மக்ஸ்சியோ, துவாயோ தான் எடுத்து வரவில்லை என்பதை உணர்ந்தாள். அவள் திரும்பியபோது கற்பகக்கிழவி அவற்றை கையில் வைத்துக்கொண்டு..

''இந்தா பிள்ளை.. வடிவா தலையை உணர்த்து ஒண்டுக்கும் யோசியாத, நாங்கள் வேறு பிள்ளைகள் நடுவம். நான் தேத்தண்ணி போடுறன், கெதியா வா!'' என்று கூறிக்கொண்டு குசினிப்பக்கமாய் போனாள்.

கற்பகக்கிழவி ஆக்கிய தேநீர் ஆறிப்போய் விட்டது. அம்பிகாவைக்

காணவில்லை. கிழவி கிணத்தடிப்பக்கம் போனாள், காணவில்லை. வீட்டுக்கோடிப்பக்கம் ஓடினாள். கிழவிக்கு தூக்கி வாரிப்போட்டது. ஈர ஆடைக்குமேல் உலர்ந்த ஆடையை அணிந்துகொண்டு வீழ்ந்து கிடந்த தென்னைகளோடு அம்பிகா பேசிக் கொண்டிருந்தாள்.

"அவர் வந்து மகன் எங்கே? என்றால் நான் என்ன சொல்வேன்? சொல்லுங்கள்... நீங்களும் என்னைவிட்டு போய்விட்டீர்கள். எப்போது வருவீர்கள்?"

அம்பிகாவின் அருகே அமர்ந்து தென்னை பதில் சொல்வதுபோல கற்பகக்கிழவி பதில் சொன்னாள். எதற்கும் கலங்காத ஆதி வன்னிமகளின் கண்களில் வழிந்த முது நீர் முதன் முதல் மண்ணில் வீழ்ந்து நதியானது.

உலக இயக்கம்

நான் பாரிசில் பிரெஞ்சுக்காரர் அதிகம் உள்ள மாவட்டத்தில் வாழ்கிறேன். பிரெஞ்சு ஸ்ரைலில் அலங்காரம் செய்வேன். அலங்காரம் என்றதும் அந்தமாரி நினைக்கக்கூடாது. இங்கு ஆண்களும் அலங்காரம் செய்வார்கள்.

றெயினில் வேலைக்கு போய் வருவது வழக்கம். அப்போதுதான் விஜிதரன் அண்ணையை சந்தித்தேன். நான் வேலைக்கு போகும் நேரத்தில் றெயினில் ஒரு மூலையை அண்டி கதவோரம் இருப்பார். அவர் நிச்சயம் ஒரு தமிழர் என்பதற்கான அடையாளம் அப்படியே இருந்தது. சரிச்சு இழுக்கப்பட்ட முடி. கைகளால் சீவப்பட்ட தாடி. பாகிஸ்தானியர் கடையில் விற்பனையாகும் குளிரங்கி. சுத்தமாக்க நேரமின்றிய சப்பாத்து. வெறுமையும், சாந்தமும் பயமும் கலந்த முகம்.

ஆனால் அவர் என்னை இனங்கண்டு கொள்ளவில்லை. நான்தானே வேசம் போடப் பழகிவிட்டேன். ஒவ்வொரு தரிப்பிடமும் வரும்போது ஜன்னலால் எட்டிப் பார்ப்பார். இவரிடம் பயணத்துக்கான அனுமதிச்சீட்டு இல்லை என்று எனக்கு விளங்கிவிட்டது.

ஒரு பனி மாலை நேரம். மாலை 5 மணிக்கே இருட்டிவிட்டது. றெயின் எப்படியோ தண்டவாளத்தை கட்டிப்பிடித்து

ஓடிக்கொண்டிருந்தது. எனக்கு எதிரே இரண்டு இருக்கைகள் தள்ளி அவர் மூலையோர இருக்கையில் இருந்தார்.

நான் ஒரு சிறுகதைப்புத்தகம் ஒன்றைப் படித்தேன். அது எல்லாமே மாத்திரபூதத்தின் கதைகள் போலவே இருந்தது. அதனால் தூக்கம் வரவில்லை. திடீரென உட்கதவை திறந்துகொண்டு பயணப்பரிசோதகர்கள் நுழைந்தனர்.

உடனே விஜிதரன் அண்ணையைப் பார்த்தேன். அவர் அருமையான தூக்கத்தில் இருந்தார். எனக்கு உள்ளுக்குள் நடுக்கம். மாட்டுப்பட்டு விடுவார் என்பது நிச்சயம். பரிசோதகர் அவரை மிஸ்யூ monsieur.. என்று தட்டி எழுப்பினார். மிரண்டு எழுந்த விஜி அண்ணை தான் எங்கு இருக்கிறேன் என்பதை உறுதிப்படுத்த சில நொடிகள் எடுத்துக் கொண்டார். பின்னர் முகம் ஏமாற்றமும் பயமும் கெஞ்சலுமாக மாறியது. அவர்கள் பயணச்சீட்டை கேட்டார்கள். தன்னிடம் இல்லை என்று கைகளால் சைகை செய்தார். அவர்கள் 70 யூரோ தண்டமாகக் கேட்டனர். அவர் தன்சட்டைப் பை முழுவதையும் வெளியேற்றி தேடிக்கொண்டே இருந்தார்.

அவரிடம் இல்லை என்று அந்தப் பெட்டியில் உள்ள எல்லோருக்கும் தெரியும். அந்த பரிசோதகர்களிடம் சென்று ‘அவருக்காக நான் பணம் கட்டலாமா?’ என்று கேட்டேன். அவர் ‘போக்குவா பா ?’ (முடியுமே) என்றார். என் வங்கி அட்டையை நீட்டினேன்.

அப்போதுதான் ‘தம்பி நீங்கள் தமிழா? மெத்த நன்றி தம்பி!’ என்றார். நான் வேசமிடுவதை அவரும் உறுதிப்படுத்தினார். தன் அருகே இருக்குமாறு வேண்டிக்கொண்டார். எந்த ஊர்? எப்ப வந்தது? எங்க வேலை? கலியாணம்? ஏதோ நான் ரிக்கற் இல்லாமல் செல்வதுபோல கேள்விகளால் நிறைத்துக் கொண்டிருந்தார்.

‘‘அண்ண, உங்களைப்பற்றி சொல்லேல்ல?’’ என்றேன்.

"தம்பி என்னத்த சொல்லுற? பெயர் விஜிதரன். நேற்று ஐம்பது வயது முடிஞ்சுது. இங்க வந்து இரண்டு வருசமாகீற்று. இன்று மேன்முறையீட்டு கேசுக்கு போயிற்று வாறன். நல்லகாலம் நீங்கள் காசுகட்டாட்டி பொலிசிட்ட குடுத்திருப்பினம். தம்பி நீங்கள் பிரெஞ்சு வாசிப்பீர்கள்போல. என்ர கேசைவாசித்தால் என் நிலை தெரியும்."

"கேசிலை யாரண்ண உண்மைய எழுதினம் இஞ்ச?"

"இல்லத்தம்பி இது நான்தான் எழுதினன். யாருட்டையும் கொடுக்கவில்லை. கதிர்காம முருகன் அறிய கேசும் உண்மை. நான் எழுதியதும் உண்மை!" (அவரின் அகதிக்கோரிக்கை கீழே முடிந்த அளவு மொழிமாற்றப்பட்டு இருக்கிறது)

OFFPRA

201 Rue Carnot

94136 Fontenay&sous&Bois

25/09/2018

அகதி அடைக்கல கோரிக்கை சம்மந்தமானது:

கனம், ஐயா, அம்மணி,

நான் இலங்கையைச் சேர்ந்தவன். அங்கிருந்து வெளியேறியபோது மீண்டும் இலங்கைக்கு திரும்பக்கூடாது என்பதில் மட்டும் உறுதியாக இருந்தேன். யாருமற்ற இடத்தில் நான் அனாதையாகச் செத்தாலும் பரவாய் இல்லை. என் மூதாதையர் காலம் காலமாய் வாழ்ந்த அந்த நாட்டில் எனக்கு ஏற்பட்ட இந்த வெறுப்பும் பயமும் எவ்வளவு மோசமானது என்பதை, என் கதையை முழுமையாகப் படித்தால் உங்களுக்கு தெரிய வரும்.

என்னோடு சிறுவயதில் படித்த நண்பன் தங்களுடைய நாட்டில்

நான்கு கடைகள் வைத்திருக்கிறான். அவன்கூட இங்கு அகதியாக வந்தவன்தான். அவன் தங்கள் நாட்டைப்பற்றி பெருமையாய் சொன்னதால் மட்டுமே இந்த மக்களை நம்பி இங்கு வந்து தங்களிடம் அகதி அடைக்கலம் கேட்கிறேன்.

ஐயா, இந்தப்பாவி 20-10-1971ல் மாத்தளை என்ற இடத்தில் பிறந்தேன். எனக்கு முன்னர் மூன்று அண்ணர்கள் பிறந்து வாட்டசாட்டமாக வளர்ந்து இருந்தனர். எனக்குப் பிறகு ஒரு தங்கை பிறந்தாள். என் தந்தை யாழ்ப்பாணத்தில் உள்ள நெல்லியடியைப் பிறப்பிடமாகக் கொண்டவர். என் தாயார் புகழ்பெற்ற அறிஞரான விபுலானந்தரின் காரைதீவை பிறப்பிடமாகக் கொண்டவர். என் தாயும் தந்தையும் மாத்தளையில் ஆசிரியராக இருந்தார்கள்.

அவர்கள் காதல் திருமணத்தை இரு வீட்டாரும் ஏற்றுக்கொள்ளவில்லை. அவர்கள் காதல் செய்தது பெருங்குற்றமாகப் போய்விட்டது. அதனால் எங்களுக்கு அயலவர்களான சிங்கள மக்களும், மலையகத் தேயிலை தொழிலாளிகளான தமிழ் மக்களுமே உறவுகளாக இருந்தனர். 1977ல் அங்கு கலவரம்... கலவரம் என்றார்கள். தமிழர்கள் எல்லோரும் பீதியில் எங்கு செல்வது என்று திக்கற்று திரிந்தனர். "சிங்கள மக்கள் விடமாட்டார்கள், அவர்கள் அன்பானவர்கள்" என்று அம்மா அப்பாவுக்கு தெம்பூட்டினார். பக்கத்து வீட்டு கமகே பாட்டி ஓடி வந்து எங்களை தங்கள் பண்ணை தோட்டத்திற்கு கொண்டு சென்று ஒழித்து வைத்தார். தினமும் உணவோடு வந்து எங்களைப் பயங்கொள்ள வேண்டாம் "என் உயிர் போனால்தான் உங்களை தொடலாம்" என்று சொன்னார். கலவரம் ஓய்ந்து நாம் திரும்பியபோது எங்கள் வீடு சம்பலாகி கிடந்தது. காடையர்கள் எங்கள் வீட்டை எரித்தபோது கமகே பாட்டி அவர்களுடன் மல்லுக்கட்டினார் என்றும், பின்னர் ஒரு கொடியவன் அந்த அற்புதப் பாட்டியை தாக்கினான் என்றும் அயலவர்கள்

சொன்னார்கள். எனக்கு அப்போது ஆறு வயது. என் உடலெல்லாம் சிலிர்த்தது. பாட்டியை தொட்டவனை என்னால் என்ன செய்யமுடியும்? அந்தப்பாட்டியை கட்டிப்பிடித்து அழுதது இப்போதும் என் நினைவில் இருக்கிறது. பாட்டியும் கண்கலங்கி அழுதவா. 'மகனே அழாதே' என்று என் கண்களை துடைத்ததை நான் மறக்கமாட்டேன்.

கமகே பாட்டி வீட்டில்தான் தற்காலிகமாக குடியிருந்தோம். என் அண்ணர்கள் நல்ல உடலும், மூளையோடும் வளர்ந்துகொண்டே இருந்தார்கள். அப்பாவுக்கும் அம்மாவுக்கும் அண்ணர்களைப் பற்றிய பயமும் வளர்ந்துகொண்டே இருந்தது. அப்போது யாழ்ப்பாணத்தில் படித்தால் நல்ல நிலைக்கு வரலாம் என்பது எல்லோருக்கும் தெரியும். அப்பா தன் பெற்றோரிடம் சமாதானம் பேசி அண்ணன்களை அங்கு கொண்டு சென்றுவிட்டு வரச் சென்றார். ஆனால் அப்பாவை அவர் பெற்றோர் ஏற்றுக் கொள்ளவில்லை.

அப்பா தூரத்து உறவினருடன் அண்ணர்களை விட்டுவிட்டு யாழ்ப்பாண இந்துக்கல்லூரியில் அவர்களை சேர்த்துவிட்டு வந்துவிட்டார். அவர் மாத்தளை வந்ததும் முதல் சொன்னது ''நான் செத்தாலும் இனி நெல்லியடி போகமாட்டன்'' என்று. அண்ணன்கள் அருமையாக படிப்பதாக கடிதம் வந்துகொண்டிருந்தது. மூத்த அண்ணர் வைத்திய பிரிவில் பல்கலைக்கழகம் தெரிவாகி இருந்தார். கமகே பாட்டி மாத்தளை பூராகவும் அதைச் சொல்லிவிட்டார். அப்போதுதான் 1983 கலவரம் வந்தது.

நாட்டின் சேதிகளை அறிந்தபோது கமகே பாட்டிக்கும் பயம் வந்தது. எல்லோரும் தேயிலை தோட்டக்காட்டுக்குள் ஒழிந்துவிட்டோம். அதற்கப்பால் கமகே பாட்டியின் தோட்டப்பண்ணை இருந்தது. ஐந்தாவது நாளாக நாம் தேயிலை செடியுக்குள் இருந்தோம். ஒருநாள்

மதியம் என் தங்கை கலைவாணிக்கு வயிற்றுக்கோளாறு தன்னால் காட்டுக்குள் மலசலம் செல்ல முடியாது என்று அழ ஆரம்பித்துவிட்டாள். அப்பா அவளை அழைத்துக்கொண்டு கமகே பட்டியின் தோட்டத்துக்கு புறப்பட்டார்.

காட்டுக்குள் இருந்து ஒரு வீதியை கடந்தால் தோட்டம் வந்துவிடும். வீதியை பகலில் கடப்பதுதான் ஆபத்து. ஊர்ந்து ஊர்ந்து இருவரும் சென்றார்கள். நாம் பார்த்துக்கொண்டு பதுங்கி இருந்தோம்.

வீதியை கடக்கும்போது எங்கிருந்தோ காடையர்கள் கண்டு விட்டார்கள். அப்பா தங்கைச்சியை வேலிக்குள்ளால் தூக்கிப்போட்டு விட்டு ஓட முயன்றபோது கத்தி, பொல்லு, கோடாலி சகிதம் வந்தவர்கள் அவர்களை பிடித்துவிட்டனர். அவர்கள் சிரித்துச் சிரித்து என் அன்புத் தங்கையையும் அப்பாவையும் கொன்றனர். பின்னர் உடனேயே பெற்றோல் ஊற்றி எரித்தனர். இதை நானும் அம்மாவும் மறைந்திருந்து பார்க்கும் கொடுமை நடந்தது.

பின்னர் எங்களை தன் பிள்ளைகள் மூலம் யாழ்ப்பாணம் பாதுபாப்பாக அனுப்பி வைத்தது எங்கள் கமகே சிங்களப்பாட்டிதான். சேதியை அறிந்த அண்ணன்மார் துடித்துப்போனார்கள். அம்மாவை தேற்றுவதா? அண்ணர்களை தேற்றுவதா? நான் அழுவதா? என்று எனக்கு தெரியவில்லை. பின்னர், அருமையான கல்வித் தகைமையோடிருந்த மூத்த இரு அண்ணர்மார் ஒவ்வொருவரும் ஒவ்வொரு இயக்கத்துக்கு போய்விட்டார்கள்.

நானும் சின்னண்ணனர் சிவநேசனுமே அம்மாவோடு இருந்தோம். யாழ்ப்பாணத்தில் உறவுக்காரர் யாரையும் அம்மாவுக்கு தெரியவில்லை.

1986ல் எப்போதுமே சிரித்த முகத்துடன் எல்லோரையும் அரவணைத்துப் பழகும் என் சின்னண்ணா கைதடிப் பகுதியில் சுட்டுக்

ஓய்வு பெற்ற ஒற்றன்

கொல்லப்பட்டிருந்தார். போராடப் புறப்பட்ட துப்பாக்கி ஒன்றே அவரைக் கொன்றது.

பிறகு இந்திய இராணுவ காலத்தில் மூத்த அண்ணாவும் இறந்து போனார். எங்கள் வீட்டின் அருகே இந்தியன் ஆமிக்கும் பெடியளுக்கும் சண்டை நடந்தது. நான் அப்போது வீட்டில் இல்லை. சண்டையில் இரண்டு ஆமிக்காரர் செத்தனர். அதற்கு பதிலாக அருகே வீடுகளுக்குள் புகுந்த இந்தியன் ஆமி பத்து இளைஞர்களை சுட்டுவிட்டு அவர்கள் உடல்களுக்கு மேலால் தமது வாகனத்தை ஏற்றிச்சென்றனர்.

அதில் என் சிவதாசன் அண்ணாவும் செத்துப்போனார். இறுதியில் நானும் அம்மாவும் மிஞ்சினோம். அதுதான் ஏனென்று தெரியவில்லை. பிறகு யாழ்ப்பாணத்தில் இருந்து வன்னிக்கு இடம்பெயர்ந்தோம். காடு.. காடாக.. ஊர் ஊராக.. திரிந்தோம். எங்களுக்குத்தானே உறவென்று யாரும் இருக்கவில்லை. அப்போதுதான் அம்மாவிடம் ''நாம் மட்டக்களப்பு செல்வோமா?'' என்று கேட்டேன். ''இத்தனை ஆண்டுகளில் என்னை அவர்கள் தேடவில்லை. இனியும் வேண்டாம்' என்றுவிட்டார்.

அம்மாவுக்காக நானும், எனக்காக அம்மாவும் இருந்தோம். இறுதியில் வவுனிக்குளம் என்ற ஊரில் வாழ்ந்தோம். 2008ல் அங்கிருந்து இடம் பெயர்ந்துகொண்டே இருந்தோம். குண்டுகளும், செல்லும், விமானமும், உட்பயங்களும் எம்மைத் தொடர்ந்துகொண்டே இருந்தது. வவுனிக்குளத்தில் இருக்கும்போது எமக்கு நல்ல அயலவர் வாய்த்தார்கள். அவர்கள் முருகேசப்பு குடும்பம். அவர்களும் நாமும் ஒன்றாகவே இடம்பெயர்ந்தோம். முருகேசப்பாவின் மகள் சங்கவிக்கு அவசர அவசரமாக திருமணம் நடந்து இரணைப்பிள்ளைகளும் இருந்தனர்.

என் அம்மாதான் அவர்களுக்கு தினமும் உணவூட்டுவார். அன்று நாங்கள் தற்காலிகமாக விசுவமடுவில் இருந்தோம். என் தாய் அந்தப் பிள்ளைகளுக்கு கிணற்றடியில் உணவூட்டிக்கொண்டிருந்தார். நான் கொஞ்சம் தள்ளி பங்கர் வெட்டிக்கொண்டிருந்தேன். செல் கூவிக்கொண்டு வந்தது. நான் வெட்டிய கிடங்குக்குள் படுத்துக்கொண்டு "அம்மா படுங்கோ..." என்று சொல்லமுதல் நேராக அம்மாவிற்கும் அவர் இடுப்பில் வைத்திருந்த குழந்தைக்கும் மேல் வெடித்தது செல்.

அவர்கள் நின்ற அடையாளமே தெரியவில்லை. கண்முன்னே சிறு சிறு துண்டுகளாக சிதறியதை பாவப்பட்ட இந்தக்கண்கள் பார்த்தது. முழு யுத்தத்தையும் கடந்து நான் உயிரோடு இருப்பதை இன்றும் நம்பமுடியவில்லை. எனக்கு நாடு இருந்தது. வீடு இருந்தது. அழகான குடும்பம் இருந்தது. இன்று ஒன்றுமில்லை. இதுதான் கடைசி உயிர்.

கனம், ஐயா, அம்மணி

இத்தனைக்கும் பிறகும் இந்த உயிரைக் காக்க அலைவதாக நீங்கள் நினைக்கக்கூடாது. நான் அந்த நாட்டில் சாகக்கூடாது. மனிதனை சற்றேனும் மதிக்கும் மண்ணில் செத்துப்போகிறேன்.

எனக்கு அந்த உரிமையை மட்டும் தாருங்கள்.

உண்மையுள்ள

கணபதிப்பிள்ளை விஜிதரன்.

+

"அண்ண, இது எல்லாம் உண்மையாகவா?" என்றேன்.

"சத்தியம்! சத்தியம்! இப்படி யாரும் கற்பனையில் எழுத முடியுமா

தம்பி?' என்றார். அவரை ஆரத்தழுவ வேண்டும் போல் இருந்தது.

''இப்ப யாருடன் இருக்கிறீர்கள்?'' என்றேன். ''என்னோடு யாழ்ப்பாணத்தில் கூடப்படித்த நண்பன்தான் இலங்கை வந்தபோது சந்தித்துவிட்டு என்னை இங்கு கூப்பிட்டான். அவன் நல்லவன். அவனின் ஒருகடையில் நான் வேலை செய்தேன். ஒருநாள் வேறுயாரோ தமிழர் தொழிற் போட்டியில் காட்டிக்கொடுத்து விசா அனுமதி இன்றி நின்ற என்னை போலீஸ் கடைக்குள் வைத்து பிடித்துவிட்டது. அதற்குப் பிறகு எனக்கு வேலை இல்லை. அவன் தன் வீட்டில் உள்ள நிலக்கீழ் அறையில் எனக்கு தங்குமிடம் தந்துள்ளான். அது சரியான குளிர். அதனாலதான் பகலில் இந்த ரெயினில திரிந்தால் குளிராதெண்டு இதற்குள் திரிவேன். இன்று தூக்கத்தில் மாட்டிவிட்டேன். மற்றும்படி அவர்கள் (contrôleur) ஏறும்போது நான் இறங்கி அடுத்த றெயின் பிடிப்பேன் என்றார்.

''அண்ண, நீங்கள் திருமணம் செய்யேல்லையோ?''

''தம்பி, குழந்தைகள் சாவதை என்னால தாங்கேலாது. அதால அதைப்பற்றி நினைக்கேல்ல. 50 வயதுவரை உயிரோடு இருந்ததே கெட்டித்தனம்தான?'' என்றார்.

+

நான் ஒரு வீடு வேண்டினேன். மாதம் 1250 யூரோ படி 25 ஆண்டுகளுக்கு வங்கிக்கு கட்டவேண்டும். விஜி அண்ணையை என்னோடு வைத்துக்கொண்டால் மாதம் 250 யூரோ வேண்டலாம். அவரும் ஒரு குளிர் இல்லா வீட்டில் இருக்கலாம் என்று என் 'நல்ல மூளை' மற்றவருக்காக சிந்தித்தது.

சில நாள் கடந்து நான் வேலை விட்டு வரும்போது ல காறில் (புகையிரத நிலையம்) எனக்காக விஜிதரன் அண்ணா காத்திருந்தார்.

நானும் என் வீட்டில் அவரை வாடகைக்கு இருத்தும் மனிதாபிமான மனதோடு அவரருகே ஆர்வத்தோடு சென்றேன்.

அவருக்காக நான் கட்டிய 70 யூரோ தந்துவிட்டு 'மெத்த நன்றி தம்பி' என்றார். தனது மேன் முறையீடும் நிராகரிக்கப்பட்டதையும் அவர் சொன்னார். என் 1500g மூளை 75kg உடலுக்காக மின்னல் வெட்டியது போல் சிந்தித்தது. பொதுவாக ஒருமணி நேரத்திற்கு 431கி.மீ வேகத்தில் இயங்கக்கூடிய மூளை அந்த சிறிய நொடியில் எல்லை தாண்டி இயங்கியதை உணர்ந்தேன்.

''அவருக்கு வதிவிட அனுமதி கிடைக்காதென்பது உறிதியானதால் வீட்டில் அவரை தங்க வைப்பது சம்மந்தமாக நான் எதுவும் பேசவேண்டாம்!'' என்று மூளை சொன்னது. அதுதான் புத்திசாலித்தனமானது. ஆம்! இப்படித்தான் உலகம் கெட்டித்தனமாக இயங்குகிறது.

எல்லோருக்கும் பிடித்தவன்

Max ஐ எல்லோருக்கும் பிடிக்கும். Maxக்கும் எல்லோரையும் பிடிக்கும் என்றுதான் நினைக்கின்றேன். Jacques அறிமுகப்படுத்திய போது அவனுக்கு மீசை முளைக்க திட்டமிட்டிருந்தது. அவன் தன் வாழ்வின் முதல் வேலையை ஆரம்பித்த போது, நான் அந்த விடுதியில் ஐந்து ஆண்டுகள் அனுபவத்தை வைத்துக் கொண்டிருந்தேன். Jacques ஆறு வருடமாக அந்த விடுதியின் அதிபராக இருந்தான். அவனது அனுபவங்கள் ஆரம்பித்த ஆண்டிலேயே இருந்தது.

அந்த விடுதியில் வேலை ஆரம்பிப்பதற்கு அரைமணி நேரம் முன்னரே நான் அங்கிருப்பேன். யாருமே இல்லாத அந்த விடுதியின் சப்தங்களை அனுபவிப்பது எனக்கு ஒரு வியாதி போல நீண்டிருந்தது.

அன்று கதவைத் திறந்தபோது அழகுக்காகவும் விருந்தினரை காக்க வைக்க வைத்திருந்த ஓய்வு போக்கி இருக்கையில் சூறாவளியில் சரிந்த வெள்ளைப்பனை போல max வீழ்ந்து கிடந்தான்.

ரத்தவாடை என் சுவாசப்பையில் நிறைந்தது. ஆரோகண முறையில் அவன் பெயரை கத்தினேன்.. M.. A.. X.. மெதுவாக தலையசைத்தான். உயிர் இருப்பதை உணர்ந்தேன். என் நுரையீரல் மீண்டும் வேலை செய்தது. பொறியில் மாட்டிய எலி போல அவன் உடல் அசைந்தது.

என் கையை தாங்கிக்கொண்டு எழுந்திருக்க முயன்றான். பழுத்த பப்பாப்பழம் விழுந்து சிதறியது போல இருந்தது அவன் முகம். ஏ.. max என்ன நடந்தது? என்றேன். அவன் அனுங்கினான்.

அவனால் பேச முடியவில்லை. பேச முடியாது! கண்களும் திறக்க முடியாது. இரத்தம் எல்லா இடங்களிலும் காய்ந்து போய் வாயையும் கண்களையும் ஒட்டிவிட்டது.

வாயை மூடு! வாயை மூடு என்று பிரெஞ்சு மொழியில் ஒரு கெட்ட வார்த்தை சொல்வார்கள். பாவம் max க்கு எல்லாம் இரத்தத்தால் மூடப்பட்டு இருந்தது. இது செய்யப்பட்ட கெட்டவார்த்தையாக இருக்கும்.

அவனுக்கு நடந்த சம்பவத்தை அறிய என் மூளை அவசரப்பட்டது. என் விரல்கள் மிருதங்கம் வாசிப்பவர் போல விளையாட ஆரம்பித்தது. பொதுவாக அந்த விடுதியில் கூரிய கத்திகளுக்கு என் குருதியில் ஆசை வரும் ஒவ்வொரு தடவையும் நான் மயங்கி விடுவேன். இதை நான் நடிப்பதாக Jacques எண்ணியது எனக்குத் தெரியும். ஒரு நாள் கெட்ட போதையில் அவன் இருந்தபோது நான் நல்ல மயக்கம் போட்டு விட்டேன். அப்போது என் காதுகள் கேட்டன.. ''போர் நடக்கும் நாட்டில் இருந்து வந்து கத்திவெட்டிய காயத்துக்கே விழுகிறான். வினோதமானவன்!'' இப்படிப்பட்ட எனக்கு முன்னால் max இன் சிதைந்த முகம் இருந்தது. சுடு நீரில் பஞ்சைத் தொட்டு அவன் முகத்தை மீட்டெடுக்க ஆரம்பித்தேன்.

காய்ந்து கிடந்த இரத்தம் உயிர்பெற்று ஓடியது. கண்களை முதலில் விடுவித்தேன். உதடுகள் சிதைக்கப்பட்டு இருந்தது. உதடுகளை ஒட்டி இருந்த இரத்த கறையை நீக்க என் கைகளுக்கு அதிக நேரம் தேவைப்பட்டது.

உதடுகள் விடுபட்டதும் சாம்பலை நீக்கினால் வரும் தணல் போல

புது இரத்தம் கசிய ஆரம்பித்தது. என் கரங்கள் இதற்கு முன் இப்படிப்பட்ட வேலைகளை செய்தது இல்லை.

அவன் முகத்தை ஓரளவு இனங்காணும் நிலைக்குக் கொண்டுவந்த பின்னர் பிழையான நேரத்தில் கேள்வியை கேட்டேன் ca va? (நலமா?) அவன் உதடுகள் அசைக்க முடியவில்லை. நாக்கு மட்டும் ஓணானின் தலைபோல ஆடியது. சத்தம் வரவில்லை. உதடுகள் பேசுவதற்கு அவசியம் என்பது அப்போதுதான் தெரிந்தது.

பேச முடியாததை உணர்ந்த அடுத்த நொடியே max கண்களிலிருந்து நீர் வழிந்தது. அவன் கண்கள் குழந்தைப் பருவம் தாண்டிய பின்னர் இப்போதுதான் அந்தத் தொழிலைச் செய்கின்றன என்பதை புரிந்து கொண்டேன்.

அவன் தனது இடது கரத்தால் மேற் சட்டைப் பொத்தானை விடுவித்தான். உடலெங்கும் ‘காட்டு விலங்கின்’ அடையாளங்கள் மொத்தமாக இருந்தன. எனக்கு எல்லாம் தெரிந்து விட்டது. அந்த விலங்கு பாரீஸ் கட்டட காட்டுக்குள் உலாவுவது எனக்கு தெரியும்.

அவசர எண்ணை அழைத்தேன். சிகப்பு நிறத்தில் அவசர ஊர்தி கிங்போம்... கிங்போம்.. என்று கத்தியபடி அவனை ஏற்றிச் சென்றது.

உடனே Jacques இற்கு அழைப்பெடுத்தேன். சிதைந்து கிடந்த max பற்றிய படத்தை பாடினேன். இரத்தத்தை கண்டதால் எனது தலை சுற்றிக் கொண்டிருப்பதை கூறினேன். ‘‘நீ வீட்டில் போய் மயங்கு, விடுதியில் நிற்காதே தயவு செய்து’’ என்றான். அவனது தயவான வார்த்தையை மதித்து வீட்டுக்குச் சென்றேன்.

வீட்டிற்குள் செல்லவிடாது மனைவி, என்ன என்ன... ? என்ற கேள்விகளால் என்னை தடுத்துக் கொண்டிருந்தாள். ஏன்? எதற்கு? எப்படி? எங்கே? என்ற சொற்களை அவள் அதிகமாக சேமித்து

வைத்திருப்பவள். செலவும் செய்பவள். விஞ்ஞான இதயம் அவளுக்கு. ''எனக்கு ஒன்றுமில்லை எங்கேனும் உட்கார அனுமதி தருமாறு'' தயவாக வேண்டிக் கொண்டேன்.

max இன் முகம் இரத்தத்தில் குளித்திருந்த கோலத்தை விவரித்தபோது, அவள் அழுவதற்கு தயாராகிக்கொண்டிருந்தாள். max ஐ அவளுக்குத் தெரியும். நான் வேலை செய்யும் விடுதிக்கு திடீர்ப் பயணம் மேற்கொண்டு என்மீது தனக்கிருக்கும் காதலை அவள் உறுதிப்படுத்துவாள். அதற்குள் இருக்கும் இராஜதந்திரங்களை நான் சொல்லப் போவதில்லை.

max க்கும் அவளைப் பிடிக்கும்., அவளைக் கண்டதும் பிரெஞ்சு மொழியின் ஒலியை குழைத்து அவள் பெயரை உச்சரிப்பான். கன்னங்களில் வணக்கம் வைத்துவிட்டு தான் இந்தியா சென்ற நினைவுகளுக்கு வந்துவிடுவான்.

+

maxக்கு ஒரு அப்பாவும், ஒரு அம்மாவும் தனித்தனியே வாழ்ந்தார்கள். அவர்கள் சேர்ந்து உற்பத்தி செய்த முதலும் கடைசியுமான உயிர் அவன் மட்டும் தான். அவர்கள் பிரிந்தபின், அப்பா ஒரு காதலியையும், அம்மா ஒரு காதலனையும் கைவசம் வைத்திருந்தார்கள். அவர்கள் அனைவரும் சேர்ந்து ஒன்றாக உணவருந்தும் புரிதல் அவர்களிடமிருந்தது.

max பதின்ம வயது ஆரம்பித்த போது, அவனும் அவன் அம்மாவும் போதைக்கு அடிமையானார்கள். அதிலிருந்து விடுபடவே இருவரும் இந்தியா சென்று ஓராண்டு கழித்து பிரான்ஸ் திரும்பினார்கள்.

எந்த சாமியாரின் அருளோ..., யோகா..., தியானம் என்று, வேறு நல்ல 'போதையில்' மீண்டும் பாரிசினில் வாழ ஆரம்பித்தார்கள்.

அதன்பின் max மேற்படிப்பை விரும்பாமல் பணம் ஈட்டும் போராட்டத்திற்கு வந்து சேர்ந்த இடம் தான் Jacques இன் 200 பேர் ஒரே நேரத்தில் உணவு அருந்தும் விடுதி.

max ஐ எனக்கு பிடிப்பதற்கு காரணம் அவன் எதிரிகளை உற்பத்தி செய்வதில்லை. யாரிடமும் கோபத்தை வெளிக்காட்டுவதில்லை. புறங்கூறுதல் என்ற நோய் இருப்பது அவனுக்குத் தெரியாது. நிறவெறுப்போ, இனவெறுப்போ, அருவருப்போ தெரியாத அகிம்சைவாதி.

இப்படியான சீவன்கள் அருகிவரும் houbarabustard என்ற பறவை போன்றவர்கள். இப்பறவையை வேட்டையாட பாகிஸ்தான் 'மன்னர்' குடும்பங்களுக்கு அனுமதித்திருக்கிறது.

இப்படிப்பட்ட maxஐ வேட்டையாட ஒரு காதலி இருக்கிறாள். அவளுக்கு பெயர் கிளாரா. இந்திய பெண்களின் முகச்சாயலில் தென்னம்பூவின் நிறத்தில் பூனையின் கண்களை வைத்திருப்பாள்.

அவள் max இன் காதலியாகி இரண்டு வருடத்தில் ஐந்து தடவை max வைத்தியசாலை சென்றுள்ளான். இப்போது ஆறாவது தடவை. ஐந்தாவது பயணம் கொடூரமாக இருந்தது. அவள் தாக்கியபோது அவன் வீட்டில் இருந்த கண்ணாடியை தன் கைகளால் தாக்கி தன் கோபத்தை தணிக்க முயன்றான். கண்ணாடிக்குள் சென்ற கையை வெளியே இழுத்தபோது பல நரம்புகள் அறுந்து தொங்கின. ஆறு மாதங்கள் மருத்துவ விடுப்பில் இருந்தான்.

+

பிரான்ஸ் உலகத்தின் பெண்களுக்கான உரிமையில் முதல் நாடு என்று உலக வங்கி சொல்கிறது. 1946 ஏப்ரல் 21ல் சட்டமியற்றி பெண்களுக்கு உயர் சட்டப் பாதுகாப்பை வழங்கினர். ஒரு பெண்ணின்

உடலில் அனுமதியற்று கரம் பட்டால் அவர் கதி அதோகதி. இந்த பாதுகாப்பை கிளாரா மோசமாக பயன்படுத்துகிறாள்.

அவள் எப்படிப்பட்ட தாக்குதலை நடாத்தினாலும், சிறிய, எதிர்ப்பைக்கூட அவள்மீது max காட்டியது கிடையாது. காந்திகூட, குத்தவரும் பசுவைக் கொல்லலாம் என்றார்.

ஐந்தாவது தடவை வைத்தியசாலையில் அவன் இருந்த போது ''உன் காதலியை மறுபரிசீலனை செய் என்றேன்.'' அவன் ''அவளிடம் பிழை இல்லை. நான்தான் என் கையை கண்ணாடியில் குத்தினேன்'' என்றான். என்னிடம் இருந்த பிரெஞ்சு வார்த்தைகள் தீர்ந்துவிட்டிருந்தது.

ஆறாவது தடவைக்கு மேல் அவனால் அந்த காத (எ) லியோடு சேர்ந்து இருக்கமுடியாது என்ற அடையாளங்கள் இருந்தன. என் மனைவியும் கிளாராவை நினைத்து குரைத்துக் கொண்டிருந்தாள்.

+

max மீண்டும் ஆறு மாதங்கள் வைத்திய விடுப்புக்குச் சென்றுவிட்டான். அரிய ஞாயிற்றுக் கிழமை ஒன்றில் நானும், மனைவியும் அதிகமாக விளம்பரம் செய்யப்பட்ட முக்கிய நட்சத்திரத்தின் தமிழ் படத்தை பார்த்துவிட்டு, எங்கள் வாழ்வில் மூன்று மணி நேரத்தை இழந்துவிட்ட சோகம் நிறைந்து வழிய இரவு இரண்டு மணிக்கு வீடுநோக்கி வந்துகொண்டிருந்தோம்.

வீட்டின் அருகே இருந்து என் பெயரை சொல்லிய குரல் வந்தது. ஒருவன் காற்றின் உதவியால் அசைந்து வந்தான். நாம் ஆச்சரியத்தோடு நின்றோம். அது max தான்! தாடிக்குள் முகம் இருந்தது. அவன் வாழ்வின் முதல் தாடியாக அது இருக்கும். வசந்தகால மரம்போல் சடைத்து வளர்ந்திருந்தது. பல வகையான மது வகைகளின்

விநோதமான மணம் அவன் தன் தைக்கப்பட்ட உதடுகளை திறந்தபோது எங்களை வந்தடைந்தது. பின்னர் அவனது போதைகலந்த நலவிசாரிப்பு வந்தடைந்தது.

கிளாராவிடம் இருந்து விடுதலை பெற்றதை ஒரு தேர்ந்தெடுக்கப்பட்ட சிரிப்போடு தெரிவித்தான். என் மனைவி, நீ எடுத்த மிகச்சிறந்த முடிவு என்றாள். என் தோளைப் பற்றி ஐந்து மாதங்களின் முன் தான் சொல்லாமல் விட்ட நன்றியை கடும் போதையிலும் சொல்லிக்கொண்டே இருந்தான். எம் கன்னங்களில் இரவு வணக்கத்தை தந்தான். நீங்கள் அழகான ஜோடி என்றான். படம் பார்த்ததால் கிடைத்த வேதனை எனக்கு இல்லாமல் போனது.

நாம் max இன் நினைவோடு தூங்கப்போனோம். போர்வை எங்களை ஆக்கிரமித்தபோது நான்: "அவன் இரண்டாவது தடவை இந்தியா செல்லும் காலம் நெருங்கிவிட்டது" என்றேன். மனைவி சொன்னாள் "அவன் தாடி பூனையின் மயிர் போல மென்மையாய் இருந்தது..."

இராணுவச் சாவடியால் வெளியேறும் இரகசியப் போராளி போல் போர்வையை விட்டு வெளியேறி யன்னலால் எட்டிப்பார்த்தேன், தாடியும், max ம் எங்கள் வீட்டைப் பார்த்தவாறு நின்றுகொண் டிருந்தார்கள்.

நான் தூங்கவில்லை.

மேன் முறையீடு

யானை நிதானமாக தன் கால்களை எடுத்துவைப்பது போல அசைந்து வந்து அந்த அம்மையார் அமர்ந்தார். அவரோடு பல விசயங்களும் அமர்ந்தன. கதிரை அரை அடி தாழ்ந்து தன் மரியாதையை தெரிவித்தது.

அம்மணி, பல தலைமுறைகளாக பிரான்சில் வாழும் ஆபிரிக்க பெண்மணியாக இருக்கும் அங்கவஸ்திரங்களையும், செய்காரியங்களையும் வைத்திருந்தார். அவர் பிரெஞ்சுமொழி ஆபிரிக்க வாடையே இல்லாமல் கணீரென்று தடித்த சிவப்பாக்கப்பட்ட உதடுகளால் வெளியேறியது.

நான் மூன்றாவது தடவையாக அகதி மேன்முறையீட்டுக்காக பாம்பு போல வளைந்து பயமுறுத்தும் அகதி வரிசையில் காத்திருந்தேன்.

இம்முறையும் வாய்ப்பு கிடைக்காது என்ற சேதியை மூளை அடிக்கடி எனக்கு அறிவித்தது. சென்ற முறை வந்தபோது இதே அம்மையாரே அந்தக் கதிரையை அலங்கரித்தார். மூன்று ஆண்டுகளுக்கு பின்னர் அவரில் ஒரு மூக்குக்கண்ணாடி தொங்கிக்கொண்டிருந்தது. வேறு செயல் மாற்றங்கள் ஒரு சதத்துக்கும் இல்லை.

இம்முறை அந்த வரிசையில் தமிழர் யாரையும் காணவில்லை. அதைத்தவிர எனக்கு ஒரு மகிழ்ச்சியும் இல்லை.

சிரியர்கள், ஆப்கானிஸ்தானியர்கள், சில ஆபிரிக்கநாட்டவர்களால் வரிசை பிள்ளைத் தாச்சிபோல் நிறைந்து வழிந்தது.

அதிகாலை மூன்று மணிக்கு நான் அங்கு சென்றபோது நான் ஐந்தாவது நபராக நின்றேன். காலை எட்டு மணிக்கு எனக்கு முன்னால் ஐம்பது அகதிகள் நின்றார்கள். எனக்கு எதிர்க்க தைரியம் இல்லை. எனது நீண்ட மூக்கு, வெள்ளைப் பல்லை நான் பாதுகாக்க வேண்டும்.

எனக்குப் பின்னால் நின்ற நூறு பேருக்கும் என்னை முந்த வேண்டும் என்று தோன்றவில்லை. அது போதும் என்று நினைத்துக்கொண்டு அந்தக் குளிரை நன்றாக அனுபவித்து காலை ஒன்பது மணிக்காக காத்திருந்தேன்.

கால் நகங்களிலும், கைகளிலும் பிளேற்றால் வெட்டியது போல வலி எடுத்து நின்றது. அது குளிர் வழங்கிய கொடை. எனக்கு பின்னாலும் முன்னாலும் ஆப்கானிய மொழியும், சிரிய மொழியும், அராப் மொழியும் என் அனுமதி இன்றி தம்பாட்டுக்கு கடந்துகொண்டிருந்தது.

ஒன்பது மணி ஆனபோது எனக்கு பின்னாலும் முன்னாலும் சண்டைகள் உருவானது. வரிசையில் மிக நூதனமாக பலரும் நுழைய முனைந்தார்கள். ஆட்டுப்பட்டியை ஓநாயிடம் இருந்து காப்பாற்றும் வீரர்கள் போல எல்லோரும் விழிப்போடு இருந்தார்கள்.

நான் பிரச்சினைகளை விரும்பாதவன் என்பதை அந்த ஆபிரிக்க புண்ணியவான் எப்படி அறிந்தானோ? தெரியவில்லை. எனது நிறமும் ஆதி தமிழன் நிறம்தான். எனக்குப் பின்னால் நீண்ட கைகளோடும், கால்களோடும் நான் அண்ணாந்து பார்க்கும் உயரத்தோடு அந்த

கனவான் வந்து நின்றுவிட்டான். சண்டை ஆரம்பமானது.

அந்த கனவானை இழுத்து வெளியேற்ற ஆப்கானியர்களும், சிரியர்களும் மல்லுக்கட்டினார்கள். ஒருவருக்கும் ஒருவர் மொழியும் புரியவில்லை. கனவான் மட்டும் பிரெஞ்சும் ஆபிரிக்க ஆதிமொழியையும் கலந்த புதுமொழியில் சண்டையிட்டான்.

நான் ஒதுங்கி, ஒதுங்கி என் உடலை பாதுகாப்பதில் கவனமாக இருந்தேன். அந்த இடைவெளியில் எனக்கு முன்னால் பத்துப்பேர் வந்திருந்தனர்.

சண்டை உக்கிரமான நிலையில் அந்த ஆபிரிக்க கனவான் என்னை தன் சண்டைக்குள் இழுத்துவிட்டார். அவர் அசைவுகள் மூலம் அதிகாலையில் இருந்தே எனக்குப் பின்னால் நிற்பதாகவும் விரும்பினால் என்னிடம் கேட்குமாறும் கூறிவிட்டார்.

எல்லா ஆப்கானிய, சிரிய கண்களும் என்னை எரித்துவிட திரும்பின. எனக்கு இரண்டு அச்சம். ஓம் என்றால் ஆப்கானிய, சிரியர்கள் கும்முவார்கள். இல்லையென்றால் ஆபிரிக்க கனவான் காத்திருந்து என்னை தாக்கினால் என் எல்லா எலும்புகளும் ஓய்வு பெற்றுவிடும்.

என்னை நினைத்து நானே பெருமைப்படும் வண்ணம் ஒன்றை செய்தேன். வாய்பேச காது கேட்க எனக்கு வராது என்பது போல எல்லோரையும் பார்த்து வணங்கினேன். நான் எதிர்பார்க்கவில்லை. ''இன்சா அல்லா'' என்றுகொண்டு எல்லோரும் பிரிந்துபோனார்கள். அந்த நேரம் பார்த்து எனக்கு சலம் முட்டிக்கொண்டு நின்றது.

சலம் அடக்குவது சாதாரண காரியமில்லை. அடிவயிற்றில் நெருப்பைக் கட்டுவதாக ஊரில் தாய்மார்கள் சொல்வார்கள். உண்மையில் சலமடக்குவதும் அதைப்போல ஒன்றுதான். என் நிலை

மோசமாக இருந்த தருணம் பார்த்து பின்னால் நின்ற கனவான் எனக்கு நன்றி செலுத்தும் முகமாக எங்கிருந்தோ கபே café ஒன்றை பெற்று என்னிடம் நீட்டினார். நான் அதை கனிவோடு மறுத்தேன். அவர் அடம்பிடித்தார். நான் இருகைகளாலும் கும்பிடு போட்டேன். அவர் என்னை விடுவதாக இல்லை. இறுதியில் அதை பெற்றுக்கொண்டு குடிக்காமல் வைத்திருந்தேன்.

எல்லாவற்றையும் அடக்கிக்கொண்டு நின்றபோது, அந்த அம்மையாரின் சென்ற தடவை ஞாபகம் வந்து என்னை ஆட்டிப்படைத்துக் கொண்டிருந்தது.

பிரான்ஸ் அரசாங்கம் நல்ல மனம் படைத்தது. அகதிக்கோரிக்கை எல்லாமும் நிராகரிக்கப்பட்டாலும் வருடத்துக்கு ஒருதடவை மேன்முறையீடு செய்துவிட்டு யாரும் எங்கோ ஒரு மூலையில் இருந்துவிடலாம். போலீஸ் பிடித்தால் கௌரவமாக அதைக்காட்டலாம்.

அவர்கள் தங்கள் தொலைத் தொடர்பில் எங்கெங்கோ அழைத்து என் பெயரை கூறுவார்கள். பின்னர். 'ஓ றுவுவா' (மீண்டும் சந்திப்போம்) என்று வழி அனுப்புவார்கள். அவர்கள் எவ்வளவு விருப்பத்தோடு வழி அனுப்புகிறார்கள் என்று பெருமைப்பட்டுக் கொள்வேன்.

இது எனது மூன்றாவது மேன்முறையீடு. இரண்டாவது மேன்முறையீட்டின் போதும் இதே இடத்தில் இதே களேபரங்களோடு அந்த அம்மையாரை நெருங்கினேன். அவர் மனம் வைத்து பாரங்களை தந்தால் மட்டுமே எனக்கு மேன்முறையீட்டுக்கான வாய்ப்பே கிடைக்கும். இல்லாவிட்டால் இதேபோல் அதிகாலை மூன்று மணிக்கு வந்து காத்திருக்க வேண்டியதுதான்.

அந்த அம்மையார் தமிழ் அகதிகளை இதற்குமுன் சந்தித்து

இருக்கவில்லை என்றே நினைக்கிறேன். அல்லது அவர் புதிதாக வேலைக்கு வந்திருக்கவேண்டும். என் முறை வந்ததும் என்னிடமிருந்த எல்லா மரியாதையையும் திரட்டி பிரெஞ்சு வணக்கத்தை முறைப்படி தெரிவிக்கப் போராடினேன். பொன்யூர் (காலை வணக்கம்) என்பதை நான் ‘மூசு’ என்றுவிட்டேன்.

அந்த அம்மையார் வெடுத்தெழுந்துவிட்டார். ஏதேதோ சொன்னார். நான் பணிவுடன் நின்றேன். எனக்கு அவர் கோபம் புரிந்துவிட்டது. (நீ ஏழு வருடமாக இங்கே இருந்திருக்கிறாய்! உன்னால் பிரெஞ்சு வணக்கத்தை ஒழுங்காக சொல்ல முடியவில்லை.) இது அவர் முகபாவத்தில் நான் புரிந்ததுதான்.

நான் என்ன செய்வேன்? எனக்குத் தெரிந்த தமிழர்கள் எல்லாம் அப்படித்தான் சொல்கிறார்கள். மூசு.. மூசு.. என்று மாடு மூசுவது போல சொல்வார்கள். இதற்காக நான் பலிக்கடாவாவதா? இதை அம்மையாரிடம் சொல்லவில்லை. சொல்லவும் தெரியாது!

என்ன கொடுமை! அந்த அம்மையார், ‘வணக்கத்தை சரியாகச் சொல்லிவிட்டு என்னிடம் வா’! என்றுவிட்டார். அவர் ஏதோ தவம் ரீச்சர் போல செயற்பட்டார். ஊரில் தவம் ரீச்சர் வகுப்புக்கு வந்ததும் வாய்ப்பாடு சொல்லவேண்டும். தெரியாதவர்கள் வகுப்புக்கு வெளியில் முட்டுக்காலில் நின்று பாடமாக்கி சொன்ன பின்னர்தான் வகுப்பிற்குள் செல்லலாம். கடைசிவரை அந்த வகுப்புக்குள் இருக்கும் பேறு எனக்கு கிட்டவில்லை. வகுப்பை விட்டு அவர் போகும்போது எனக்கு ‘மொக்கு.. மொக்கு’ என்ற பட்டத்தை தருவார்.

பிரான்ஸ் நாட்டுக்கு வந்து ஏழாவது ஆண்டுதான் அந்த அம்மணியின் நெருக்குதலால் பிரெஞ்சு வணக்கத்தை சரியாக சொல்லி மீண்டும் அவரை நெருங்கினேன்.

‘‘ஷெபியாங்.. ஷெபியாங்‘ (நல்லம்மநல்லம்..) என்றுவிட்டு எந்த

நாடு? என்றார். நான் சிறீலங்கா என்றேன். ஏதோ மீண்டும் நான் ஏதோ தவறு செய்து விட்டதுபோல பார்த்தார். சில நொடிகள் என் முகத்தை ஆராய்ந்துவிட்டு நான் தன் கேள்வியை விளங்கவில்லை என்று நினைத்துக்கொண்டு, கினே, சூடான், கென்யா என்றுவிட்டு நீ எந்த நாடு? என்றார். எனக்கு கோபம் வந்துவிட்டது.

ஆனாலும் பல்லைக் காட்டிக்கொண்டு மீண்டும் சிறீலங்கா என்றேன். அவர் o.. La.. La.. என்று பெருமூச்சு விட்டுக்கொண்டு இருந்தபடி காலால் தள்ளி தன் ஓடு கதிரையில் பின் சென்று சென்ற வேகத்தில் ஒரு வெள்ளைப் பேப்பர், பேனையோடு முன்வந்தார். அவர் உடல் இவ்வளவு குளிர்மையாகவும், தடிப்பாகவும் இருப்பதற்கு இந்தக் கதிரைதான் காரணமென்று நினைத்துக்கொண்டேன்.

அதன் பிறகு அவர் சொன்னதுதான் என்னை பூச்சிபோன்ற நிலைக்கு கொண்டு சென்றது. உனது நாடு எங்கே இருக்கிறது என்று என்பதுதான் அது. நான் முதலில் இந்தியாவை கீறினேன். கண்வெட்டாமல் கீறுவதைப் பார்த்தவர் அவசரப்பட்டு ‘‘நீ இந்தியனா?’’ என்றார். நான் பாக்கு நீரிணையை கீறி. அதில் அலை கீறிவிட்டு இலங்கையை கீறி சிறீலங்கா என்றேன்.

அப்போதும் நான் தன்னை ஏமாற்ற புது நாட்டை கீறிவிட்டது போல பார்த்தார். பின்னர் அருகே இருந்த தொலைபேசியை எடுத்து யாரோடோ பேசினார். போலீசை அழைத்து விட்டாளோ சண்டாளத்தி என்று என்மனம் கலவரமாகிக்கொண்டிருந்தது.

அப்போது குதிரைச் சத்தத்தை தன் காலில் பூட்டியவாறு எல்லோரும் பார்க்கவேண்டும் என்ற அலங்காரங்களை வைத்திருந்ததன் மூலம் எல்லோரின் கண்களுக்கும் வேலை தரக்கூடிய ஒரு பிரெஞ்சுப்பெண் அங்கு நுழைந்தார். அவர் இந்த அம்மையாரின் மேல் அதிகாரியாக இருக்க வேண்டும். அவர் என்னைப் பார்த்து செயற்கையான

புன்னகையை அவசரமாகப் பூட்டிக்கொண்டு bonjour (வணக்கம்), என்றுவிட்டு என் பதில் வணக்கத்தை கண்டுகொள்ளாமல் அந்த அம்மையாரிடம் பேசினார். அவர்கள் என் வரைபடத்தை வைத்துக்கொண்டு ஒரு முடிவுக்கு வந்தார்கள்.

'சிலோன் என்ற தீவை யாரோ இரவோடு இரவாக சிறீலங்கா என்று மாற்றிவிட்டார்கள்' என்பதுதான் அது. பின்னர், தன் சொத்தை எடுத்து தருவது போல அகதி மேன் முறையீட்டுக்கான பாரங்களை எடுத்துத்தந்தார். இலங்கை என்ற நாட்டை தான் அறியவில்லை என்று கொஞ்ச வருத்தமும் அவரிடம் இருக்கவில்லை. நான் அவற்றை இரு கைகளாலும் பெற்றுக்கொண்டேன். அப்போது ஒரு நீள வசனத்தை பிரெஞ்சில் சொன்னார். எனக்கு ஒன்றும் புரியவில்லை. ஆனாலும் 'மெர்சிம மெர்சி' (நன்றி... நன்றி) என்று சொல்லி வைத்தேன்.

பின்னர் மெட்ரோ வண்டியில் வரும்போதுதான் அவர் சொல்லும்போது 'ஆபிரிக்' என்ற சொல்லை சொன்னதில் இருந்து அவர் என்னை 'ஒர் ஆபிரிக்க நாட்டுக்காரன்' என்று நினைத்ததாக சொல்லி இருப்பார் என்று புரிந்துகொண்டேன். என் தலையில் ஒரு குல்லாதொப்பி இருந்தது. அப்போது நினைவுக்கு வந்தது. மெட்ரோ வண்டி நிலத்தின்கீழ் சென்றபோது ஜன்னல் ஓரம் திரும்பி கண்ணாடியை பார்த்தேன். அந்த அம்மையாரின் தீர்மானம் சரியாகவே பட்டது.

ஏழு வருடத்திற்கு முன்னர் முதல் அகதிக் கோரிக்கைக்காக சென்ற கதை பிரெஞ்சுமொழிக்கு நடந்த அவமானம். ஆறு அகதிகள் ஒரு றெயின் பெட்டியில் மேலுங் கீழும் படுக்கை இருப்பது போல ஓர் அறையில் இருந்தோம். ஆறுபேரில் நான்தான் கடைசியாக அந்த மாளிகைக்கு 300 யூரோ வாடகைக்கு குடிபோனவன். அதை ஓர் தந்திரம் மிக்க மூத்த அகதி வைத்திருந்தார். அவர் அந்த அறைக்கு 600

யூரோ வாடகை செலுத்தினார். மீதி பணம் அவர் வருமானமாக இருந்தது.

அவர் வேலைக்கு செல்வதில்லை. ஊரிலும், கொழும்பிலும் வீடு கட்டிவிட்டாரென அவரின் அடிப்பொடி சயந்தன் அடிக்கடி சொல்லிக்கொள்வான். முதல் அகதி பதிவிற்கு செல்வதற்கு எனக்கு துணைவர யாரும் இருக்கவில்லை. அந்த அறையில் இருந்த ஒவ்வொருவரும் அன்று இரவு பூராக எனக்கு எந்த மெட்ரோ எடுக்கணும்? வலப்பக்கம் திரும்பி எந்த பஸ் எடுக்கணும், பிறகு அங்கு கண்ணில்படும் யாராவது ஒருவரிடம் 'போலீஸ்' என்று கேட்டால் காட்டுவார்கள் என்றார்கள். அப்படியே நான் செய்தேன். நான் சென்றடைந்த கட்டடத்தில் போலீசை தவிர யாரையும் காணவில்லை. நான் கேட்பது அங்கிருந்த ஒரு போலீசாருக்கும் விளங்கவில்லை. ஆங்கிலம் தெரிந்த போலிசார் காலை ஒன்பதுக்கு வந்தார். என்னை விசாரித்த பின்னர் போலீசில் அகதிக்கோரிக்கை ஏற்பதில்லை என்றார். அதற்கு préfecture செல்லவேண்டும் என்றார். என்னிடம் அப்போது கடவுச்சீட்டோ, விசாவோ இருக்கவில்லை. என்னைப் பிடித்து இலங்கைக்கு அனுப்ப எல்லா தகுதியும் இருந்தது.

பின்னர் என்னை போலீஸ் வாகனத்தில் ஏற்றினார்கள். எனக்கு இலங்கை விமானநிலையம் கண்களில் வந்து பயமுறுத்தியது. வீட்டில் உள்ள அகதிகள் திட்டம்போட்டு என்னை மாட்டி விட்டுட்டாங்கள் என்று அழும் நிலையில் இருந்தேன்.

போலீஸ் வாகனம் பீம்.. போம்.. என்றவாறு சென்று வரிசையின் முடிவு காணமுடியாத வெளிநாட்டுக்காரர் நிற்கும் இடத்தில் நின்றது. அந்த போலீஸ்காரர் என் கண்களில் தெரிந்த கடல் காரணமாகவோ என்னவோ என்னை உள்ளே அழைத்துச்சென்று கௌரவமாக அகதிப் படிவங்களை பெற்றுத்தந்தார். முதல் முறை மனிதனை மதிக்கும் மனிதப்

அகரன்

போலீசை அப்போதுதான் பார்த்தேன். அந்த கூரிய மூக்கும் ஆறடி உயரமும் உள்ள போலீசை என்னால் மறக்க முடியாது.

அகதிகளின் அறைக்குச் சென்றதும் என்னை ஏன் 'போலீஸ்' என்று கேட்டு மாட்டி விடப் பார்த்தீர்களா? என்று கண்ணியமாக ஆதங்கப்பட்டேன். அவர்கள், தாங்கள் எல்லோரும் அந்த இடத்தை போலீஸ் என்றே சொல்வோம் என்றார்கள். அப்போதுதான் ஒரு கண்டுபிடிப்பை நான் செய்தேன். பிரெஞ்சு மொழியில் வாயில் நுழையாத சொற்களை தமக்கு ஏற்றவாறு தமிழர்கள் பயன்படுத்துகிறார்கள் என்பது. அப்படித்தான் préfecture போலீஸ் ஆனது.

+

கடந்த கதைகளை சிந்தித்ததால் காலம் வேகமாக போய்விட்டது. préfecture இன் வெட்டும் கதவுக்குள் சென்றுவிட்டேன். எனக்கு முன்னே பத்து பேர்தான் நிற்கிறார்கள். அந்த அம்மணி இத்தனை வருடங்களாக சற்றேனும் வேகத்தை கூட்டவில்லை. மிக ஆசுவாசமாக வேலை செய்கிறார். அகதிகளை வைத்திருப்பதில் அவருக்கு மகிழ்ச்சி இருக்கலாம். அவரின் மூக்கில் கண்ணாடி இருக்கிறது. ஆனால் கண்ணாடிக்கு மேலால் பார்க்கிறார். அவர் பார்வை அதிகாரத்தை நிலைநிறுத்துகிறது. அந்த கண்ணாடி அவருக்கு இடைஞ்சலாக இருக்கிறது. ஆனால் அவர் அதை கழற்றி வைக்க நேரமின்றி வேலை செய்கிறார். ஒவ்வொரு முறையும் ஒவ்வொரு கேள்வியை அகதிகளிடம் கேட்டுவிட்டு அவர் கண்களை பெரிசாக்கி யாரும் குளிக்கும்போது எட்டிப்பார்ப்பவர் போல கண்ணாடிக்குள்ளால் அவர் வெள்ளைக்கண்கள் எட்டிப்பார்க்கிறது.

அவர் சிறீலங்காவை நினைவில் வைத்திருப்பார். அதற்கு காரணமான என்னையும்தான். அவரிடம் வணக்கத்தை சரியாகச்

சொல்லவேண்டும் அதை நான் மனதுக்குள் முதலில் சொல்லிப் பார்க்கவேண்டும். என் கால்கள் நடுங்குகின்றன. அது குளிர் பிடித்துவிட்டதால் இருக்கலாம்.

நீ மூன்றாவது தடவையாய் மேன்முறையீடு செய்கிறாயா? நீ இன்னும் சிலோன் போகவில்லையா? என்று கேட்பாரோ தெரியவில்லை. கேட்டால், மொழி விளங்காதது போல நடிக்க வேண்டியதுதான்.

இல்லை.. இல்லை.. இத்தனை வருடங்களாக உனக்கு இந்த அடிப்படை மொழியே தெரியவில்லையே? என்றால் என்ன செய்வது? மோழி பேசினால்த்தான் உனக்கு விண்ணப்பம் என்றுகூட சொல்லலாம்.

ஆண்டவா... எத்தனை இடர்கள்! இல்லை.. இல்லை.. உன்னால்தானே எல்லாம். உன்னை ஏன் இப்போது நினைத்தேனோ தெரியவில்லை. இன்னும் பதட்டம் கூடுகிறது. ஓடிவிடு.. நினைப்பில் இருந்து ஓடிவிடு ஆண்டவா! இந்த அம்மணி உன்னைவிட சிக்கலானவர்.

இப்போது நான் மூன்றாவதாக நிற்கிறேன்.

முன்னால் நின்றவர்கள் ஆப்கானியர்கள் அல்ல. அவர்கள் பங்களாதேஸ் நாட்டவர். மனிதர்களை எந்த நாடென்றுகூட இனங்காண முடியவில்லை. ஓ.. ஓ.. 'நாடுகள்' கோடு போடமுதல் மனிதர்கள் ஒன்றாகத்தானே இருந்தார்கள். இப்போது ஏன் இந்த மோசமான சிந்தனை வருகிறது?

அம்மணி கடைக்கண்ணால் என்னையும் பார்க்கிறார். ஓ என் நினைவு அவருக்கு வந்திருக்கலாம். நான் சொல்லாமலே அவர் என்னை சிலோன்காரன் என்று அடையாளம் காணலாம். என் தலையில் குல்லாவோ, தொப்பியோ இல்லை.

இதோ... அடுத்தது.. நான்தான். முன்னர் சென்றவர் என்னைப் போலவே தன் நாட்டை கூறுகிறார். அம்மணிக்கு விளங்கவில்லை. O.. La. La.. என்றுவிட்டு ஓடு கதிரையில் காலால் உதைந்து பின் செல்கிறார். வெள்ளைத் தாளையும் பேனையையும் அவனிடம் கொடுக்கிறார். அவன் தன் நாட்டை கீற ஆரம்பிக்கிறான்.

அம்மணி என்னை பார்க்கிறார். நான் திரும்பி வேகமாக நடக்கிறேன். அம்மணி முதல் முறையாக ஓடுகதிரையில் இருந்து எழுந்து. ஏ.. மிஸ்யூர்... மிஸ்யூர்.. (கனவானே..கனவானே...) என்கிறார்.

வெட்டுக்கதவு நான் வெளியேறியதும் தானாக மூடிக்கொண்டது. அம்மணியின் மூன்றாவது வார்த்தை அவரிடமே சென்று சேர்ந்திருக்கும்!

கண்டங்களின் காத்திருப்பு

"மேகா! காலை வணக்கம். வரும் சனிக்கிழமை மாலை பாரிஸ் 16 ல் இருக்கும் இயற்கை அழகால் உருவாக்கப்பட்ட மிகச்சிறந்த ஜப்பான் உணவகத்திற்கு உன்னையும், மங்கையற்கரசியையும் வரவேற்பு செய்கிறேன்."

-அன்புடன் பெத்ரோன்.

என்ற குறுஞ்செய்தி எந்த மொழிக்கலப்பும் இல்லாமல் தமிழில் மேகாவின் கைபேசியில் வந்துகாத்திருந்தது. மேகாவுக்கு இப்போது தமிழில் வரும் குறுஞ்செய்தி பெத்ரோனுடையதாக மட்டுமே இருந்தது.

அந்த செய்தியும், கண் இமைகளுக்கு தீட்டும் மஸ்காரா, உதடுகளை நிறமூட்டும் றூஸ் ஆலெவ்ர், மின்வண்டி அனுமதி அட்டையான நவிகோ, சில சில்லறை யூரோக்கள், கூட்டுறவு வங்கி அட்டை, மற்றும் தன் தாய் மங்கையர்க்கரசியும், போராளி உடையில் மீசையும் முகமும் சிரித்தபடி இருக்கும் பூங்குன்றன் புகைப்படத்தையும் வைத்துக் கொண்டு st-cyr-école எனும் பிரான்சின் இராணுவ மேல்நிலைப் பள்ளியின் 16ம் இலக்கமிட்ட பெட்டிக்குள்

கறுப்பு நிற கைப்பை இருந்தது.

மதிய உணவு இடைவேளை 12 மணிக்கு ஆரம்பித்தது. தனது பாதுகாப்பு பெட்டியை 2501 என்ற இரகசிய எண்ணை பதிவிட்டு திறந்தாள். கைப்பையை கொழுவிக்கொண்டே படி இறங்கி நடந்தாள். வலதுகரம் கைப்பையைத் திறந்து கைபேசியை எடுத்தபோது. கைபேசியில் ஒரு மின் கடிதமும் ஒரு குறுஞ்செய்தியும் வந்திருந்தது. குறுஞ்செய்தி பெத்ரோன் பெயரில் இருந்ததால் அவள் சிவந்த மை பூசி மேலும் சிவந்திருந்த உதடுகள் மெல்லிய புன்னகையை தனியே உருவாக்கின. பெத்ரோனின் செய்திகள் சுத்தத் தமிழில் வருவதால், மீன்பொரியலை இறுதியாகச் சாப்பிடுவதுபோல 'அந்தக் குறுஞ்செய்தியை ஆறுதலாகப் படிப்போம்' என்று நினைத்துக் கொண்டு, மின்வண்டி நிலையத்தை நோக்கி நடந்தவாறே மின்கடித்தத்தை திறந்தாள்.

அந்த மின்கடிதம் பிரெஞ்சுப் பாதுகாப்பு கல்வி மையத்தில் இருந்து வந்திருந்தது. ''தங்கள் ஆகாயப் பாதுகாப்புக் கல்விக்கான விண்ணப்பம் ஏற்கப்பட்டுள்ளது. வரும் கல்வியாண்டை ஆரம்பிக்க வரும் சித்திரை 21 க்கு முன்னர் உங்கள் பதிவுகளை உறுதிப்படுத்துங்கள்.'

மேகாவால் மகிழ்ச்சியை அடக்க முடியவில்லை. அவளை விட மங்கையற்கரசி மகிழ்ச்சி அடைவாள் என்று தெரியும். எப்போதும் போல தன் வெற்றிச் செய்திகளை 'மேகா! வீட்டை கிளீன் பண்ணு' என்று தாய் சொல்லும்போது இதை பகிர்வோம் என்று நினைத்துக்கொண்டாள்.

மின்வண்டி நிலையம் செர்னோபிள் போல யாருமற்று இருந்தது. வீடு செல்லும் மின்வண்டி கோண் அடித்துக்கொண்டு வந்தது. அந்த சத்தத்தோடு சேர்த்து ஜே..கனியே.. (நான் வென்றுவிட்டேன்) என்று

கத்தினாள்.

அந்தச் சத்தம் அவளை மட்டும் நிறைத்தது. மின் வண்டியை விட சத்தமிட அவளால் முடியாது. ஆனால் எதிர்காலத்தில் மின்வண்டியை விட சத்தமிட்டும், வேகமாகவும் செல்லும் ராணுவ விமானத்தை இயக்கப் போகும் மேகாவை அந்த மின்வண்டிக்கு எப்படித் தெரியும்? மின்வண்டிக்குள் சென்று யன்னல் ஓரம் அமர்ந்து பெத்ரோன் அனுப்பிய தமிழ் குறுஞ்செய்தியை படித்தாள். எந்த விதத்திலும் தமிழில் தவறு வராவண்ணம் பதில் செய்தியை அனுப்பினாள்.

'வணக்கம் பெத்ரோன்! உங்கள் அழைப்புக்கு நன்றி. அம்மாவிடம் கேட்டுவிட்டு மாலை உறுதிப்படுத்துகிறேன். நாம் எப்படி அங்கு செல்வது?'

தாமதமின்றி இரண்டு நிமிடங்களில் பதில் வந்தது.

'அந்த உணவகம் பிரபல்யமானது. இயற்கை பொருட்களால் உருவானது. சிறிய அருவி அதற்குள் உண்டு. முன்பதிவு அவசியம். நீங்கள் என் வீட்டுக்கு மாலை 6 மணிக்கு வாருங்கள். நாம் சேர்ந்து மின்வண்டியில் செல்லலாம்.'

"நன்றி பெத்ரோன், அங்கு வைத்து உங்களுக்கு ஓர் மகிழ்ச்சியான செய்தி சொல்லுவேன்."

"அப்படியா? மேகா! என்னை அதிர்ச்சி அளிக்காமல் பார்த்துக் கொள்!"

"இல்லை அது உங்களை மகிழ்ச்சிப்படுத்தும். என் தனிப்பட்ட விடயமானது."

"சரி மகிழ்ச்சி! சனி மாலை சந்திப்போம். உனக்கு நல்ல நாளாகட்டும்."

"நன்றி பெத்ரோன் உங்களுக்கும் சிறந்த நாளாகட்டும்."

பாரிஸ் என்றால் 'ஈபிள் கோபுரம்' எல்லா மூலைகளிலும் குத்திக்கொண்டு நிற்கும் இரும்புக்கூடு. அதைவிட அதிகமான ஆச்சரியங்கள் அந்த நகரத்துக்குள் இருப்பது பலருக்கும் தெரிவதில்லை. அந்தக் கோபுரத்தை மையமாக வைத்து ஆறு வட்டங்களை பிரெஞ்சுக்காரர் போட்டுவிட்டு அதை 'பாரிஸ்தீவு' என்று அழைக்கின்றனர். எங்கே கடல்? தண்ணீர்? எப்படி அது தீவாகும்? என்று விஞ்ஞானக் கேள்வியை கேட்க கூடாது. அது பிரெஞ்சு மக்களின் கவித்துவம்! கவிதை நகரத்துக்கு நீர் இருப்பதாக நீங்கள் கற்பனை செய்ய வேண்டியதுதான். அந்த ஆறாவது வட்டத்தில் வடமேற்கு மூலையில் 78 வது மாவட்டத்தில் நகரமும், கிராமமும் குழைத்த இடமொன்று உண்டு. அதன் பெயர் பாஸ்மோர். அங்குதான் பெத்ரோன், மேகா மற்றும் மங்கை வசிக்கிறார்கள்.

இலங்கை அரசாங்கம் அள்ளிப் போட்ட குண்டுகள் எல்லாவற்றிலும் இருந்து மீண்டது அதிசயமல்ல. பசிப்பிணியில் இருந்தும் மீண்டார்கள். மங்கையற்கரசியும், அப்போது ஏழு வயதாக இருந்த மேகாவும், கடும் தவம் இருந்தவர்களுக்கு இதிகாசத்தில் வரம் கிடைப்பது போல, அவர்கள் பட்ட பாடுகளுக்கு கிடைத்த வரமாக பாஸ்மோர் கிராமமும் இருந்தது.

யாழ்ப்பாணத்தை விட்டு எல்லோரும் வெளியேறியபோது மங்கையற்கரசியும் அவள் குடும்பமும் வெளியேறியது. வஞ்சகமில்லாமல் அவள் தந்தை இந்திய ராணுவத்தின் குண்டிலும், மூத்த அண்ணன் இலங்கை 'புக்காரா' போட்ட குண்டிலும், மீதியாய் இருந்த சின்னண்ணா வவுனியா சென்றபோது காரணம் ஏதும் இல்லாமல் வவுனியா கோவில்குளம் சிவன் கோவிலுக்கு அருகில் 'கடும்' போராளிகளின் குண்டிலும் செத்துப்போனார்கள்.

வன்னியில் பல வட்டங்களில் தேடி இறுதியில் சிக்கிய சொந்தக்காரர் பாண்டியன்குளத்தில் இருப்பதாக அறிந்து, அங்கு 'பேய்கள் இருக்கும் கவனம்' என்று சொல்லப்பட்ட புளிய மரத்தின் அருகில் கிட்டப்பாவின் உதவியோடு அழகிய மண்வீடு கட்டி தாயும், மங்கையரற்கரசியும் குடியேறினார்கள். 1997 அவளுக்கு இருபது வயது வந்து நின்றபோது, அறிய முடியாத ஒரு நோய் தாயை கொன்று விட்டது.

கிட்டப்பா குடும்பம் பெரும் துணையாய் இருந்தது. தனியே வாழப்பிடிக்காமல் ஒரு காலைநேரம் நீண்ட யோசனைக்குப் பிறகு போராளிகள் இணையும் இடத்தில் சென்று சேர்ந்து கொண்டாள்.

அவள் போராளியாய் இருந்த பூங்குன்றனை 2001ல் திருமணம் செய்யும் மட்டும் எதிரியின் எந்த குண்டும் அவளைத் தொடவில்லை. 2009 ஏப்ரலில் அந்த மணல்வெளியில் கஞ்சி காய்ச்சிக் கொண்டிருந்தபோது, வெடித்துக் கொண்டே இருந்த செல்களில் ஒரு துண்டு அவள் இடது கையின் மணிக்கட்டோடு வெட்டிச்சென்றது. அதைவிட அவளுக்கு எந்த பாதிப்பும் இல்லை. இதிலிருந்து கூர்ப்புக் கொள்கையின் இயற்கை தெரிவு செய்த அதிசய உயிரி மங்கையற்கரசி என்பது புரிபடும்.

மேகா, 2002ல் பிறந்தபோது, பூங்குன்றன் 'கப்பல் கப்டன்' கற்கையை பூர்த்தி செய்திருந்தான். ஆறு மாதங்களின் பின்னர் சர்வதேசக்கடலில் உலாத்தும் கப்பல் ஒன்றின் கப்டனாக நியமிக்கப்பட்டான். 2003ல் கடலுக்குள் சென்ற பூங்குன்றன் 2006ல் ஒரு முறை நிலத்திற்கு திரும்பினான். மூன்று மாதங்கள் நிலத்தையும், 4 வயதான மேகாவுடனும், மங்கையுடனும் பேரன்பாளனாக வாழ்ந்தான். 'மேகா படித்து விமானம் ஓட்ட வேண்டும். நான் கடலிலும், நீ நிலத்திலும், அவள் வானத்திலும் வாழவேண்டும். மூன்றும் நமக்கு

முக்கியம்' என்பான்.

'ஒரு மீன் கடலை விட்டு பிரிவது போல', பூங்குன்றன் நிலத்தையும், இரு பெண்களையும் விட்டு மீண்டும் கடல் சென்றான். எப்போதாவது கடிதங்களை போராளிகள் கொண்டு வந்து தருவார்கள். அப்படித்தான் 'பூங்குன்றனின் கப்பல் சர்வதேச கடலில் தாக்கப்பட்டு விட்டது. மேலதிக தகவல் இல்லை' என்ற தகவலையும் போராளிகள் கொண்டு வந்து வைத்து விட்டு சென்றார்கள்.

2009 ல் பெருமுகாம்களில் இருந்த போது, வவுனியா வைத்தியசாலையில் இருந்து ஒரு பாதை திறந்தது. இரும்புக்கோட்டைக்குள்ளும் இடைவெளி இருந்தது.

கனடா, அவுஸ்திரேலியா, சுவிஸ் என்ற மூன்று நாடுகளில் இருந்து பூங்குன்றனின் நண்பர்கள் என்பவர்கள் தொடர்பெடுத்தார்கள். அவர்களை எந்த காலத்திலும் அவள் பார்த்ததில்லை. அவர்களின் இரகசிய நகர்வுகளால் மேகாவும், மங்கையும் பிரான்ஸ் வந்து சேர்ந்தார்கள்.

2011 ல் அகதியாக பதிவு செய்தார்கள். பிரான்சில் கிட்டத்தட்ட 200,000 தமிழர் இருந்தும் அவர்களுக்கு யாரையும் தெரியவில்லை. அரசாங்கம் அவர்களை வீடு கொடுத்து அனுப்பி வைத்த கிராமம் 'பாஸ்மோர்.'

பாஸ்மோர், மேடுகளும் பள்ளங்களும் சங்கீதஸ்வரம் போல் அளபெடையாக அமைந்த நிலம். மேடுகளில் வீடுகளும், பள்ளங்களில் வயல்களும் அமைந்த பேரழகு மாடம். வெண்மை நிறைந்த கம்பளத்தால் போர்த்தப்பட்ட ஓர் காலையில் பெத்ரோன் மங்கையற்கரசியை முதன்முதல் சந்தித்தான்.

மங்கை, மேகாவை பள்ளியில் விட்டு விட்டு பேருந்தில் வந்து

கொண்டிருந்தாள். அந்த ஓட்டுனரிடம் ஆங்கிலத்தில் ஒரு மாதத்திற்கான பயணச்சீட்டை கேட்டாள். ஓட்டுநருக்கு ஒன்றும் புரிபடவில்லை. tu veux un tiket? (உனக்கு ஒரு பயணச்சீட்டு வேண்டுமா?) என்று பிரெஞ்சு மொழியில் கேட்டுக் கொண்டிருந்தான். இருவருக்கும் இருவர் மொழியும் புரிபடவில்லை. இதை பார்த்துக்கொண்டு இருந்த பெத்ரோன் அருகே வந்து 'வணக்கம்' என்றான். மங்கை ஒரு தமிழச்சி என்பதை எல்லா அடையாளங்களும் உறுதிப்படுத்தின. மங்கையும் ஆச்சரியமான வணக்கத்தை வைத்தாள். பேருந்து ஓட்டுனரும் ஆச்சரியமான தன் கண் மேலும் ஆச்சரியத்திற்கு உள்ளாக்கினான். 'நான் உங்களுக்கு உதவ முடியும்' என்றுவிட்டு அந்த பிரச்சனையை தீர்த்து வைத்தான்.

பேருந்துக்குள் இருவரும் அறிமுகமானார்கள். ஓர் மிக அரிதான கிராமத்தில் பிரெஞ்சுக்காரர் ஒருவர் தமிழ் பேசியது மங்கையால் ஆச்சரியத்தை வைத்துக் கொண்டு சும்மா இருக்க முடியவில்லை. காலம் போன பூ தன் இதழ்களை காற்றில் விடுவது போல கேள்விகளை விட்டுக் கொண்டே இருந்தாள். பெத்ரோன் தன் சைவ உதடுகளால் புன்னகை குழைத்து தமிழில் உரையாடிக் கொண்டிருந்தான். பாஸ்மோர் பேருந்து ஆச்சரியத்தோடு, நடப்பதை பார்த்து குளிர்ந்து இறுகிப்போனது.

மனிதர்களின் சராசரி உயரத்தை விட சில சாண்கள் நீண்ட கால்களும், முகத்தில் தாடியோ, மீசையோ வளரத் திட்டமே இட்டிருக்காத மளிக்கப்பட்ட முகமும், விளக்கு எரியும்போது திரிக்கு அருகில் வரும் நீலம் கனன்று நிற்கும் கண்களையும் பெத்ரோன் வைத்திருந்தான். பிரெஞ்சு அதிபர்களில் குறைந்த வயதில் அதிபரான இன்றைய 'எம்மானுவேல் மக்ரோன்' பெத்ரோனின் சாயலில் இருப்பார்.

பெத்ரோன் ‘நோர்மண்டி’ என்ற பகுதியை பூர்வீகமாகக் கொண்டவன். அவன் தாத்தா நேசப்படைகள் நோர்மண்டியில் தரையிறங்கி நாசிப்படைகளை வேட்டையாடிய போது, அந்தப் படையில் சேர்ந்து பாரிஸ் வரை நாசிகளை கலைத்துவிட்டு அங்கேயே தங்கிவிட்டார்.

அவனுக்கு ஏழு வயதாக இருந்தபோது, அவன் தம்பி, தங்கை, அப்பா, அம்மாவோடு கோடைகால விடுமுறைக்குச் சென்றபோது அவர்கள் வாகனம் விபத்துக்குள்ளானது. தந்தை இறந்து விடுகிறார். குடும்பமே வைத்தியசாலையில் இருந்து வீடு திரும்பிய போதுதான் விபத்தில் தந்தை இறந்தது தெரிய வருகிறது. விபத்து நடந்தபோது தந்தைக்கு அருகில் முன்னிருக்கையில் இருந்ததால் அவன் அதிர்ச்சியில் இருந்து மீளாமல் இருந்தான்.

அந்த நிலையை போக்க தாய் அனா அவனை சேர்த்த இடம் ‘யோகா பயிற்சி’ நிலையம். அதை அனாவின் நண்பியான ‘சோபி’ முழுநேரப் பணியாக செய்து கொண்டிருந்தாள்.

அதன் பின்பு பெத்ரோன் எல்லாவற்றிலும் பூமிக்கு நோகாத வாழ்க்கையை வாழ ஆரம்பித்தான். அசைவ உணவுகளை நிறுத்தினான். பூமிக்கு கேடு தரும் எதையும் செய்வதில்லை என்று முடிவெடுத்தான். பூமியில் நெகிழியைப் பயன்படுத்தாத மனிதர்களில் அவனும் ஒருவனாக பூமி கணக்கு வைத்துக் கொண்டது.

தாயின் விருப்பத்திற்காக கணனித் துறையில் டாக்டர் பட்டம் பெற்றுவிட்டு, தன் பணப்பையில் இந்தியா செல்வதற்கான பணம் சேர்ந்ததும், அவன் பயணம் சென்ற முதல் தேசம் ‘தமிழ்நாடு’ அங்கு யோகாக் கலையை கிராமங்களில் வழிவந்த பாரம்பரியமான யோகிகளிடம் சிலகாலம் கற்றுக்கொண்டான்.

தேசாந்திரியாக கால்கள் விரும்பும் இடமெங்கும் அவன் மனம்

பயணம் போனது. அப்போது தமிழகத்தில் இயற்கை விஞ்ஞானி நம்மாழ்வாரின் கருத்துக்களால் ஈர்க்கப்பட்டான். அவரின் 'வானகம்' இயற்கை பண்ணையில் வெள்ளைத் தமிழனாக இருந்தான். அப்போது தமிழ்மொழி மீது பற்று ஏற்பட்டு தானாக தமிழக வீதிகளிலும், கிராம விவசாயிகளிடமும், 'வானகம்' நண்பர்களிடமும் தமிழ்மொழியை எழுத வாசிக்கக் கற்றுக் கொண்டான்.

பல தேசங்களுக்கான உலகப் பயணங்களுக்கு பின்னர் பாரிஸ் திரும்பியபோது, பாரிஸ் அவசரங்களில் மிதந்திருப்பதை அவனால் பொறுத்துக் கொள்ள முடியவில்லை. மனித எண்ணங்களையும், உடல் வண்ணங்களையும் இயற்கை உரமான யோகாக் கலையால் பணியாற்ற அவன் அமைத்த அமைப்பு 'தேசாந்தி யோகா பயிற்சிப்பண்ணை. 'குளிர் காலங்களில் யோகா வகுப்பு, வெயில்காலத்தில் உலகப் பயணம் என நிறைந்து கிடக்கிந்தது அவன் வாழ்வு.

மங்கைக்கும், மேகாவிற்கும் பூங்குன்றன் அனுப்பிய இயற்கை துணை போல் ஆகிப்போனான் பெத்ரோன். ஆரம்ப நாட்களில் பிரெஞ்சு மொழியை கற்பதற்கு துணைபுரிந்தான். அவர்களிடம் இருந்து தமிழ் மொழியை கற்று புத்தகங்களை படிக்கும் நிலைக்கு தன்னை வளர்த்துக் கொண்டான். மங்கைக்கு பிரெஞ்சு மொழியை கற்றுக்கொடுக்க கடும் உழைப்பை செலவழிக்க வேண்டியிருந்தது.

மேகா வளர்ந்து தான் இராணுவப் பள்ளியில் உயர் வகுப்புக்குச் செல்லும் விருப்பத்தை கூறியபோது, அவன் அதை விரும்பவில்லை. ஆனால் பிரெஞ்சு மொழியை திருத்தமாகவும் ஒலி அழகுடனும் பேசுமளவு வளர்ந்து விட்ட மேகா தன் தந்தையை பற்றி கூறி "அவர் ஆசைக்காக நான் படிக்க வேண்டும். உங்கள் அம்மா ஆசைக்காக நீங்கள் டாக்டர் பட்டம் பெற்றதைப் போல" என்றபோது நல்ல

புன்னகையோடு பெத்ரோன், மேகாவை சேர்த்துவிட்ட இடம் தான், st - cyr - école.

இது 1802 ல் இருந்து ராணுவ கல்லூரியாக இருந்து வரும் பாரம்பரியம் மிக்கது. நெப்போலியன் அங்கு கல்வி கற்று இருக்கிறார் என்பது எவ்வளவு பெருமையானது? அந்த ஊரே அந்த பள்ளியின் பெயராலேயே அழைக்கப்படுகிறது.

மங்கைக்கும் மேகாவிற்க்கும் பெத்ரோன் பற்றிய அறியப்படாத கதைகள் நிறைய இருந்தன. ஒரு நாள் தாயிடம் ''அம்மா பெத்ரோன் ஏன் திருமணம் செய்யவில்லை?' என்றாள். ''எனக்கு எப்படி தெரியும் நீ கேட்டிருக்கலாம்! நான் கேட்பது அவ்வளவு நல்லா இருக்காது' என்றாள் மங்கை.

அன்று மேகாவின் 18 ஆவது பிறந்தநாள். ஒரு தமிழ் மலர் பிரெஞ்சு வாசத்தோடு மலர்ந்து நின்றது. மங்கை, தேடித் தேடி வாங்கிய மரக்கறிகள் விருந்தை நிறைத்தன. மூவரும் அமர்ந்து வாழை இலையில் உணவு அருந்தினர். அப்போது மேகா கேள்வியை நுணுக்கமாக ஏவினாள்.

''பெத்ரோன், என்னிடம் ஒரு கேள்வி பெரிதாக வளர்ந்து இருக்கிறது. அதை உங்களிடம் கேட்கலாமா?''

''கேள்விகளை வளர விடாதே! கேட்கலாம். என்னிடம் மறைத்து வைக்க எந்தப் பதிலும் இல்லை' என்றான் பெத்ரோன்.

''நீங்கள் ஏன் திருமணம் செய்யவில்லை?''

''பிரெஞ்சுப்பெண்கள் என்னை திருமணம் செய்ய விரும்பவில்லை.'' என்று கூறிவிட்டு கன்னங்களில் சுருக்கம் அதிகமாகும் அளவு சிரித்தான். பற்கள் வரிசையாக காதுவரை தெரிந்தது. அந்த சிரிப்பில் அழகும், கதைகளும் உறைந்து கிடந்தது.

வாழை இலையில் இருந்த பாயாசத்தை சுவைத்துக் கொண்டே தன் கதையை நகைகள் நிறைந்த பையை அவிழ்ப்பது போல அவிழ்த்தான். எனக்கு ஒரு பெரியப்பா இருந்தார். அவர் பெயர் 'டேவிட்' இரண்டாம் உலக மகா யுத்த முடிவில் அமெரிக்கா ஜப்பான் மீது அணுகுண்டை பிரயோகித்தது எல்லோரும் அறிந்தது. அதை அவரால் ஏற்றுக்கொள்ள முடியவில்லை. போரில் பாதிக்கப்பட்டவர்களுக்கு மருத்துவ உதவி செய்த டாக்டர் சீமா தலைமையில் இயங்கிய வைத்தியசாலைக்கு முன்னர் 4400kg நிறையுடைய லிட்டில் பாய் அணுகுண்டு விழுந்து வெடித்தது. அதை மனித இனத்தின் அவமானம் என எனது பெரியப்பா கருதினார்.

அவர் ஒரு கத்தோலிக்க மத போதகர். எல்லோரிலும் பேரன்பு உடையவர். அவர் ஜப்பான் மக்களுக்கு பணியாற்ற புறப்பட்டு ஹிரோசீமா சென்றுவிட்டார். இறக்கும் வரை அவர் அங்கேயே தான் இருந்தார்.

எங்கள் தந்தை இறந்ததும் பெரியப்பா ஜப்பானில் இருந்து கடிதங்கள் எழுதுவார். குறிப்பாக ஜப்பான் மொழி கற்கும்படி தூண்டிக் கொண்டே இருப்பார். அவரது வழிகாட்டுதலில் நான் எனது பன்னிரண்டாவது வயதில் இருந்து ஜப்பான் மொழியை கற்று வந்தேன்.

எனக்கு 22 வயது வந்துவிட்டிருந்தபோது என் நண்பியோடு மாணவர் அறையில் ஒரு ஜப்பானியப் பெண் வந்து தங்கி இருந்தாள். அவள் 'யோகி இரகசி' அவள் டோக்கியோவில் இருந்து பிரெஞ்சு வைன் பற்றி கல்வி கற்பதற்காக பாரீஸ் வந்திருந்தாள். அவள் முதல் தரமான அழகியாக எனக்குத் தெரிந்ததால் அவளைப் பார்த்ததுமே என் வாழ்வை முடிவு செய்துவிட்டேன்.

அப்போது ஜப்பான் மொழியில் எழுதி வாசிக்கும் தகுதி என்னிடம்

இருந்தது. 'இகரசி' என்றால் ஜப்பானில் 'ஐம்பது புயல்கள்' என்று அர்த்தம். எனக்குள் ஐம்பது ஜப்பான் புயல்களும் காதலாக வீசியது.

நான் ஜப்பான் மொழி பேசுவதால் ஜோகி என்னை ஆச்சரியமான உயிரியாகவே பார்த்தாள். பின்னர் என்னை ஜப்பானியனாகப் பார்த்தாள். அவளுக்கு படிப்பு முடிந்த போது, அவளும் என்னை காதலனாக பார்த்து விட்டாள்.

ஆனால் பெற்றோரின் முடிவு இல்லாமல் திருமணம் ஆகவே ஆகாது என்றாள். நான் பெண் கேட்க ஜோகியுடன் டோக்கியோ புறப்பட்டேன்.

ஜோகியின் தாத்தா ஒரு வைத்தியர். தன் மேற்படிப்புக்காக ஹிரோஷிமாவில் இருந்து 1945 ஆவணி முதல் தேதி டோக்கியோ பறப்பட்டதால் ஆறு நாட்களின் பின்னர் போட்ட அணு குண்டில் இருந்து உயிர் தப்பியவர். அவரின் மொத்த குடும்பமும் 3 லட்சம் டிகிரி வெப்பத்தில் உருகி அழிந்து போனவர்கள். தாத்தாவின் பாரம்பரிய வைத்திய பணியை ஜோகியின் தந்தை செய்து வந்தார். உலகின் மிகப்பெரிய நகரின் விளிம்பில் அவர்கள் வசித்து வருகிறார்கள்.

நான் ஜோகியுடன் அவருடைய வீட்டுக்குச் சென்றபோது அவள் தாய் அதிர்ச்சியடைந்தாலும் பின்னர் நான் ஜப்பான் மொழியில் பேசியதால் ஏற்றுக் கொண்டார். ஆனால் அவள் தந்தையும், தமயனும் என்னை ஏற்றுக் கொள்ளவில்லை. இறுதியில் தமயன் இந்த பிரச்சனையால் தனக்கு மூளை குழம்பி விட்டது போல நடிக்க ஆரம்பித்தான். தந்தை, ஜோகியிடம்: "உன்னால்தான் ஆகாசிக்கு இந்த நிலை! நீ தான் அவனை காலம் பூராக பார்க்க வேண்டும்' என்று கூறிவிட்டார். ஜப்பானில் தந்தையின் பேச்சை மீற முடியாது. பெண்கள் தாமாகவே ஆண்களை எஜமானர்களாக ஏற்று வாழ்வதால் வேறு வழியற்று நான் பாரிஸ் திரும்ப வேண்டியதாகி விட்டது.

நான் பாரீஸ் வந்ததும், அவள் வேறு திருமணங்களுக்கு

வற்புறுத்தப்பட்டாள். ''உறுதியாக தான் மறுத்துவிட்டதாக'' எனக்கு ஒரு முறை கடிதம் எழுதினாள்.

நான் அடுத்த ஆண்டு ஆப்பிரிக்க சுற்றுப் பயணத்தை ஆரம்பித்தேன். அந்த காலத்தில் ஜோகி தன் தந்தையிடமும், அண்ணனிடமும் இருந்து மீண்டு என்னைத்தேடி பாரீஸ் வந்திருக்கிறாள். நான் போன இடம் யாருக்கும் தெரியாததால் ஒரு கடிதத்தை தான் தேடிவந்ததன் அடையாளமாக என் நண்பியிடம் கொடுத்துவிட்டு சென்றுவிட்டாள்.

நான்கு ஆண்டுகள் கழித்துத்தான் அந்தக் கடிதம் என் கைக்கு கிடைத்தது. அதன் பின்னர் நான் ஜோகியை தேடவில்லை. அவளுக்கு துன்பம் தர விரும்பவில்லை. இப்படியே வாழ்கிறேன். இப்போது காலம் ஓடி களைத்து விட்டது. இது ஒரு வாழ்வு. எல்லாம் அதன்படி நகரும். எல்லாம் அழகுதான்'' என்று அதிர்ச்சிகளை குழைத்து தன் கதையை முடித்தான்.

அந்த அறை எதிர்பார்க்காத இடத்திலிருந்து தூய தமிழில் சொல்லப்பட்ட இரு கண்டங்களின் காதலால் நிறைந்து வழிந்துருந்தது. மேகா, பிரஞ்சு மொழியின் உயர்ந்த வார்த்தைகளைத் தேடிக் கொண்டிருந்தாள். மங்கை குளிர்காலத்தில் சூடாக்கி வேலைசெய்யாமல் உறைந்து கிடக்கும் ஜடம் போல் இருந்தாள்.

பெத்ரோன் பாயாசத்தை மூன்று விரல்களால் வாழை இலையில் இருந்து துடைத்து முடிக்கும் தீவிர பணியில் மும்முரமாக இருந்தான்.

மேகா அந்த மௌனத்தை கேள்வியால் உடைத்தாள். ''உங்களைத் தேடி வந்த 'யோகுஇராகசியை' நீங்கள் தேடிச் செல்லாதது குற்றமாகப்படவில்லையா?''

பெத்ரோன் ஒரு புன்னகையுடன், ''அருமையான பாயாசம் எனக்கு

கொஞ்சம் தந்தால் இதற்கு பதில் சொல்வேன்'' என்றான்.

வழமையாக உணவைப் பரிமாறுவதில் ஓயாமல் இருக்கும் தன் வலது கையை ஓயாது பயன்படுத்தும் மங்கை, மன்னிக்கவும், மன்னிக்கவும்.. என்றவாறு, வனிலாவும் மாம்பழச் சாறும் கலந்து செய்யப்பட்ட பாயசத்தை ஊற்றினாள். ''நன்றி, நன்றி,'' என்றவாறு பெத்ரோன், '' ஜோகி என்னைத் தேடி வந்ததை 4 ஆண்டுகள் கழித்தே அறிந்தேன். அதன் பின்னர் யோகி ஜப்பான் சென்றிருக்கலாம். திருமணம் கூட செய்திருக்கலாம். நான் தேடிச்சென்று அவர் வாழ்வின் ஓட்டத்தை குழப்ப விரும்பவில்லை. அவர் அண்ணனுக்கோ, தந்தைக்கோ அமெரிக்கர், பிரெஞ்சுக்காரர் என்ற வித்தியாசம் தெரியவில்லை. தங்கள் மீது அணுகுண்டு போட்டவர்கள் என்ற வெறுப்பே இருந்தது.' என்றான்.

அப்போதுதான் அந்தக் காதலை ஏற்காத ஜோகியின் தந்தை, தமையனின் மனநிலை புரிந்தது. அவர்கள் பெத்ரோனைப் புத்தர் வந்து சொன்னாலும் ஏற்க மாட்டார்கள் என்பது தெரிந்தது.

'பெத்ரோன்' என்ற பெயர் பிரெஞ்சுக்காரரில் அதிகமான ஆண்களுக்கு இருக்கும் பெயர்களில் 17 வது இடத்தில் இருப்பது. அது லத்தீனிலிருந்து வழிவந்த பெயர். அதன் பொருள் 'புரவலன்' என்று தமிழில் சொல்லலாம். பிரான்சில் வாழும் தமிழர்களுக்கு தெரிந்த 'பத்ரோன்' (முதலாளி) என்ற பெயர் பற்றி மட்டுமே அதிகமாக தெரிந்திருக்கும். ஆனால் பெத்ரோன் காதலில் ஒரு புரவலனாக இருப்பதில் அவன் மேல் மேகாவுக்கும், மங்கைக்கும் மதிப்பு அதிகமாகியது

பெத்ரோன் மனித மணலில் ஒரு மாணிக்கமாகவே இருந்தான். நிறம், இனம், மொழி, இடம் என்ற பிரிப்புகளை ஒருபோதும் விரும்பாத மனிதகுலத்தின் மகனாக இருந்தான். யாருக்கும் தன் உதவிகளையும்,

அன்பையும் கொடுப்பதற்கு தயங்காமல் இருந்தான்.

மேகாவினதும், மங்கையினதும் பிரான்ஸ் நாட்டு வாழ்வில் ஓர் பிரிக்க முடியாத அங்கமாக இருந்தான். அவர்கள் பிரெஞ்சு மொழியை அறிய இடர்ப்பட்டபோது, அதை இலகுவாக்கி, மேகா தன் கல்வியில் தன் இலக்கை நோக்கி வேகமாகச் செல்லும் அம்பு போல் இருக்க, பெத்ரோனின் துணை 'தேர்ச்சில்லைத் தாங்கும் அச்சுப்போல்' இருந்தது.

சனிக்கிழமை மாலை 17h30 மணிக்கு மேகாவும், மங்கையும் பெத்ரோன் வீட்டை அடைந்தார்கள். வீடு யோகாப் பயிற்சிக்கூடத்தோடு இணைந்து இருந்தது. அந்த வீடு ஒரு மெல்லிய குன்றில் இருந்தது. சூழ வயல்களும், குறுங்காடும், குதிரைப்பண்ணையும் இருந்தது. அதிர்ச்சியாக வீட்டிற்குள் 'நம்மாழ்வார்' படம் இருந்தது. 'இவர்தான் என் குரு' என்றான். வீடு பூராகவும் இயற்கை பொருட்கள் நிறைந்து வழிந்தது.

அவர்கள் பாரிஸ் 16ல் இருக்கும் ஜப்பான் உணவு விடுதிக்கு புறப்பட்டுச் சென்றார்கள். மேகாவும், மங்கையும் வாழ்நாளில் பார்த்திருக்க முடியாத அழகுடன் அது இருந்தது. உணவு விடுதிக்குள் சிறிய ஜப்பான் மரங்கள் இருந்தன. எங்கும் பச்சை படர்ந்திருந்தது. செயற்கையாகச் செய்த அருவி ஒன்று மெல்லிய நீர்ச்சங்கீதத்தைப் பரப்பியது.

பரிசாரகிகள் இரு கைகளாலும் வணங்கி வரவேற்றார்கள். பரிசாரகர்கள் வெள்ளைச்சேட்டும், கறுத்த நீள்காற் சட்டையுடனும் கால்களில் மின்சாரம் பாய்ந்தவர்கள் போல் வேகமாக தொழிற்பட்டார்கள். பெண்கள் ஜப்பானிய உடையில் பொம்மைகள் போல் இருந்தார்கள். உதடுகளில் அவர்கள் ஏற்றிய புன்னகையை நிறுத்த மறந்து விட்டிருந்தார்கள்.

அவர்கள் உணவருந்தும் மேசையில் பூக்கள் உயிரோடு வாசத்தை பரப்பியது. உணவு விவர அட்டை பாரமாக இருந்தது. மங்கையின் இமைகள் ஒரு முறை நெற்றியைத் தொட்டு வந்தன. காரணம் 100 யூரோக்கு குறைந்த விலையில் அங்கு உணவு ஒன்றுமில்லை.

மூவரும் உணவு வகையை தெரிவு செய்துவிட்டு அந்த அழகைப் பேசிக் கொண்டிருந்தார்கள். அப்போது பெத்ரோன் ஒரு கேள்வி கேட்டான் மங்கையை நோக்கி "மங்கையற்கரசி பெயரின் அர்த்தம் என்ன?' என்று. மங்கை தன் வாழ்நாளில் கிடைத்த அருமையான பிரசங்கத்தைச் செய்ய தயாரானாள்.

அப்போது மூன்று ஜப்பான் அழகிகள் உணவுத்தட்டுகளுடன் அவர்களை நெருங்கினர். பெத்ரோனுக்கு உணவுத்தட்டை வழங்கிய பெண்ணை அவன் உற்றுப்பார்த்தான். ஜப்பானிய மொழியில் அவர்கள் பேசினார்கள். ஜோகி இரகசி என்ற பெயர் உச்சரித்தார்கள். மூன்று பெண்களும் பெத்ரோன் பேசும் ஜப்பானிய மொழியில் லயித்து தங்கள் அழகை வைத்துக்கொண்டு நின்றார்கள்.

மங்கையற்கரசியின் மனதில் அவளை அறியாமல் ஒரு நினைவு வந்து நின்றது. "சிலவேளை ஜோகி பாரிசிலேயே தங்கி வாழலாம். அந்த உணவு விடுதியில் அவள் வேலை கூடச்செய்யலாம்" எனும் அந்த எண்ண அலையை அவளால் கட்டுப்படுத்த முடியவில்லை. மூளை வேகமாகச் சுற்றியது. மேகாவிற்கு மெதுவாகச் சொன்னாள் "பிள்ளை எனக்கு தலை இடிக்கிறது, ஏதோ செய்கிறது" என்றதும் மங்கையின் முகம் மாறியது. கண்கள் நிலைகுற்றி நின்றது. உணவு மேசையில் திடீரென வீழ்ந்தாள். அழகுக்காக வைத்த பூக்கள் அவள்மேல் வீழ்ந்தன. மேகா, 'அம்மா' என்று கத்தினாள்.

யப்பானியப் பெண்கள் மங்கையை தாங்கினார்கள். அவசர ஊர்தி அவளை ஏந்திச் சென்றது. பெத்ரோன் மேகாவின் தலையை

வருடினான். அது தந்தை மகளை வருடுவது போல் இருந்தது. ஐப்பான் உணவு விடுதி ஒருமுறை அதிர்ந்துவிட்டு நகர்ந்தது பூமி போல.

மின்னொடு...

வானம் தண்துளி தலைஇ யானாது

கல் பொருது மிரங்கு மல்லல் பேரியாற்று

நீர்வழிப் படூஉம் புணைபோல் ஆருயிர்

முறை வழிப் படூஉம் என்பது திறவோர்

காட்சியில் தெளிந்தனம்ம

-கணியன் பூங்குன்றன் (ஆதிநாளின் புலவன். கி.மு.2000, மகிபாலன்பட்டி)

பெரிய உதவிக்காரன்

லன்சனா ஏதோ கேட்க விரும்புகிறாள் என்பதை நந்தன் புரிந்து விட்டான். அவள் இப்படித்தான் பெரிய தயக்கத்தை காட்டிவிட்டு சிறிய உதவியைக் கேட்பாள். அது தன் 20 ஆண்டுகளுக்கு முன்னர் பிறந்த அரிதான சத்தத்தை உண்டு பண்ணும் கார் இயங்க மறுப்பதாக இருக்கும். அல்லது 9 லீட்டர் தண்ணீர் கேனை ஐந்தாம் மாடிக்கு தூக்குவதாயிருக்கும். அப்படி ஒரு சிறிய உதவி செய்தால் போதும் அந்த கிழமை பூராகவும் நன்றி பெய்துவிடுவாள்.

விடுமுறை நாட்களில் தன் கையால் செய்த கடைகளில் கெஞ்சினாலும் கிடைக்காத சுசு மக்களின் பாரம்பரிய உணவுகளை தனது சிறிய மகளிடம் கொடுத்து விடுவாள். நந்தன், பிரான்ஸ் நாட்டுக்குள் புகுந்து ஒன்பது வருடங்கள் ஓடிவிட்டது. லன்சனாவையும் அவள் இரு பிள்ளைகளையும் போல ஒரு சீவனையும் காணவில்லை. லன்சனாவிற்கு ஏதாவது ஒரு பெரிய உதவி செய்ய வேண்டும் என்று அவன் நினைக்க ஆரம்பித்து விட்டான்.

நந்தன், இப்போது பாரிசில் மூன்றாவது மாவட்டத்திற்கு மாறிவிட்டான். ஒவ்வொரு 3 ஆண்டுகளுக்கும் ஒவ்வொரு மாவட்டமாக மாற வேண்டும் என்பது அவன் எடுத்த முடிவு அல்ல. பாரிசுக்கு வந்தது கூட அவன் முடிவல்ல. அவன் எந்த முடிவையும்

எடுப்பதில்லை. சூழல் அவனுக்காக முடிவெடுக்கிறது. அவன் ஒரு தெப்பத்தில் இருந்து ஆற்றில் பயணிப்பது போல பயணிக்கிறான்.

பாரீசை எட்டு மாவட்டங்கள் அடைகாத்து வைத்திருக்கின்றன. வட்டவாரரியை வைத்து வட்டம் போடுவது போல ஈபிள் கோபுரத்தை மையமாக வைத்து அவை கோடு போடப்பட்டிருக்கின்றன. ஒவ்வொரு மாவட்டத்திற்கும் குணநலன் வேறுபாடுகள் அதிகம் இருக்கின்றன.

2012 ல் அகதியாக நடுச்சாமத்தில் ஜேர்மனி எல்லையை கடந்து பாரீஸ் கட்டடக்காட்டுக்குள் புகுந்த நந்தனுக்கு இவைபற்றித் தெரியவில்லை. முதலில் 93 வது மாவட்டத்தில் குடியிருந்தான். அயலவர் பல அறிவுறுத்தல்களை வழங்கினர். அங்கு பொது உடமையாளர்கள் அதிகம் இருந்தார்கள்.

ஆனாலும் தன் தாயார் போட்டுவிட்ட உற்றுப்பார்த்தால் தெரியக்கூடிய சங்கிலியை எந்த பொதுவுடமைக்காரரும் பறிக்கமாட்டார்கள் என்ற அசைக்கமுடியாத நம்பிக்கை இருந்தது. ஒரு பட்டப்பகலில் வீடு வந்துகொண்டிருக்கும்போது ஒரு பழுப்பு நிறத்தவன் மறித்தான். ஏதோ பாதை தெரியாதவன் போல என்று நினைத்தவாறு, 'மன்னிக்கவும்' என்று எல்லோருக்கும் தெரிந்த பிரெஞ்சு வார்த்தையை உச்சரித்தபோது, பழுப்பன் சங்கிலியைத் தொட்டுக்காட்டினான். அது எல்லோருக்கும் புரிந்த மொழி. நோ.. நோ..! என்று புசத்த ஆரம்பித்தபோது முதுகுப்பக்கமாக ஓர் அடி விழுந்தது. திரும்பியபோது விதம் விதமான நிறத்தில் பொதுவுடமை வீரர்கள் ஐந்துபேர் நின்றனர். மறுவார்த்தை பேசாமல் தாயின் நினைவுகளை தந்துகொண்டிருந்த சங்கிலியை கழற்றிக் கொடுத்துவிட்டுச் சென்றான். (அதன் பெறுமதி பின்னர் தெரியவரும்) மறுநாள் அவன் செய்த முதல் வேலை, அந்த மாவட்டத்தில் இருந்து வேறு மாவட்டம் சென்று விடுவதற்கான வேலைகளை ஆரம்பித்தது.

அடுத்து சென்ற மாவட்டம் 95. இலங்கையில் போர்த்துக்கேயரைத் துரத்த ஒல்லாந்தரைக் கண்டி இராசதானி அணுகியது போல 95ம் மாவட்டம் நந்தனின் வாழ்வில் ஈவு இரக்கமற்ற அனுபவத்தை தந்தது.

வதிவிட அனுமதி பெற்று ஒரு வேலை எடுத்தாலும் 5 வருடமாகியும் ஒரு பெறுமதியான ஆடை அணிகளை அவன் அணிவதில்லை. காரணம் வட்டியும் முதலும் அவனை துரத்திக் கொண்டே இருந்தது.

2010 ல் கொழும்பிலிருந்து புறப்பட்ட போது, ஜிப்ரான் என்ற முகவர் ஐந்து புது ஜட்டிகளையும் இரண்டு சோடி உடையையும் கொடுத்தார். அந்த ஐந்து ஜட்டிகளையும் இத்தனை ஆண்டுகளாக பயன்படுத்துகிறான். அவை ஓய்வு காலத்தை அடைந்து ஆண்டுகள் கடந்து விட்டன. அவனுக்கு திடீரென வந்த யோசனையில் ஒருநாள், பாரிசில் விலை உயர்ந்த உடைகளை விற்கும் கடைக்குச் சென்றான்.

உடைகளில் உள்ள பணப்பட்டியைப் பார்க்காமல் உடைகளையும், பாதணியையும் பெற்றுவிட்டு வெளியேறியபோது அதன் மொத்தப் பெறுமதி 600 யூரோ இருந்தது. ஒரு முறை தலை சுற்றியது. தனக்குத்தானே 'வாழ்க்கையை வாழவேண்டும்' என்று சொல்லிக்கொண்டான்.

அன்று அந்த உடைகளையும் பாதணியையும் அணிந்து கொண்டு தன் வேலை இடத்துக்குச் சென்றான். அங்கு வேலை செய்த பரிசாரகர்கள் குறுகுறுவென்று பார்த்தனர். அவை எல்லாவற்றிற்கும் போடப்பட்ட 'முதலைப் படமே' அதற்கு காரணம்.

அன்று இரவு வேலை முடித்து வீடு வந்து கொண்டிருந்த போது, பல வண்ணங்களில் இளைஞர்கள் பெரிய ஒலியில் பொப்பாடலைப் போட்டு விட்டு வீதியில் வானத்திற்கு புகை அனுப்பிக் கொண்டு நின்றனர். கடும் குளிரைப் போக்க அந்த இசைக்கேற்ப

.ஆடிக்கொண்டும் நின்றனர். அவன் ஒதுங்கிச் சென்றான். மிஸ்யூ.H... மிஸ்யூ என்ற ஒலியை கேட்காதது போல வேகத்தைக் கூட்டியபோது ஒரு ஒட்டகத்தன்மையுள்ள உருவம் அவன் கழுத்தை பிடித்து இழுத்துக்கொண்டு எல்லோர் மத்தியிலும் சென்றது.

மார்க் உடைகளை கழற்றச் சொன்னார்கள். எந்த எதிர்ப்பும் காட்டாமல் ஒவ்வொன்றாக கழற்றினான். இறுதியில் ஒரு ரீசேட்டும், ஜீன்சும், சப்பாத்துடனும் நடுங்கிக் கொண்டுநின்றான். அவர்கள் இரக்கம் காட்டவில்லை. மீதியிருந்த உடைகளை கழற்றிய போது, குளிர் குருதியை கட்டியாக்கியது. இறுதியில் முதலைப்படம் போட்ட சப்பாத்தை ஒரு நீல நிறச்சிறுவன் பறித்தான். நந்தன் முதலைப்படம் போட்ட ஜட்டியோடு ஓடி வீடு வந்துசேர உடல் மரக்கட்டையாகிக் கிடந்தது.

மூன்று நாட்களாக காய்ச்சலில் கிடந்தான். அது குளிரின் தாக்கமோ, பயத்தின் விளைவோ, ஒரே நாளில் 600 யூரோ ஆடைகள் வீதியில் பறிபோன ஏக்கமோ தெரியவில்லை.

மூன்று நாட்களின் பின்பு அவன் தன் அறையால் வெளியேறியது 78 மாவட்டத்திற்கு செல்வதற்கு. அப்படித்தான் லன்சனா வசிக்கும் மாடிக்குடியிருப்பில் ஐந்தாம் மாடியில் 214B கதவுள்ள அறைக்கு குடிபுகுந்தான். அங்கு 214A கதவின் உள்ளே லன்சனாவும் அவளின் இரு பெண்பிள்ளைகளும் வாழ்கிறார்கள். அந்தக் குடியிருப்பும் சூழலும் அமைதியாக இருந்தது.

அதைவிட அமைதியானவர்களாக அவர்கள் இருந்தார்கள்.

'லன்சனா' என்ற பெயர் இலங்கையில் சிங்களப் பெண்களுக்கும் அரிதாக இருக்கிறது. நந்தனை கொழும்பில் இருந்து விமான நிலையத்திற்கு பாதுகாப்பாக வெளியேற ஒரு சிங்கள கடத்தல் முகவர் உதவினார். அவர் தமிழைக் கூட சிங்களத்தில் குழைத்துப் பேசினார்.

அகரன்

அவர் தன் மகள் வைத்தியம் படிக்கிறாள். பெயர் 'லன்சனா' என்று பெருமையோடு சொன்னதை நந்தன் மறக்கவில்லை.

ஆனால் கினே நாட்டைச் சேர்ந்த பெண்ணுக்கும் 'லன்சனா' என்று இருந்தது ஒரு நெருக்கத்தையும் தொடர்பையும் கொடுத்தது. லன்சனா வசித்த குடியிருப்புக்கு குடியேறி ஒரு வருடமாக அவர்கள் வணக்கத்தை மட்டும் சொன்னார்கள். அதிலும் பிள்ளைகள் முகத்தைப் பார்த்து சொல்வார்கள். லன்சனா நிலத்தைப் பார்த்து சொல்லியவாறே நடப்பாள்.

வழமையான ஆபிரிக்க பெண்களிடம் காணப்படும் ஒலியோ, அடர்த்தியோ, அதிர்வோ, கலகலப்போ லன்சனாவிடம் இல்லை. எப்போதும் பணப்பையை பறிகொடுத்தவள் போல இருப்பாள்.

நந்தனுக்கு மனதில் கேள்விகள் நிறைந்திருந்தது. அது காலம் கடந்து மூளை அவற்றை அழித்துவிடும் என்று இருந்தான். லன்சனா ஒரு ஆண் துணை இல்லாமல் வசிக்கிறாள். பிள்ளைகளை கண்போல வளர்க்கிறாள். ஆனால் நந்தனின் அறை போல அவர்கள் அறைக்கும் யாரும் விருந்தினர் வருவதில்லை. ஒன்று மறைக்கப்படும்போது அதை பார்த்து விட வேண்டும் என்ற ஆவல் இருப்பதுபோல நந்தனுக்கு தோன்றியது.

அந்த ஞாயிற்றுக்கிழமை முழு பனிக்கட்டிகளும் நிலத்தில் விழுந்து விடவேண்டும் என்ற அவசரத்தில் இருந்தது. லன்சனா தண்ணீர் கேன்களை கடும் பிரயத்தனப்பட்டு மாடிகளுக்கு ஏற்றிக்கொண்டிருந்தாள். வேலைவிட்டு வந்த நந்தன் கீழே இருந்த 20 லிட்டர் தண்ணீரை தன் கை மூட்டுகள் புடைக்க தூக்கிக்கொண்டு சென்றான்.

லன்சனா கதவைத்திறக்க, நந்தன் தண்ணீருடன் நின்றான். அவள் அதிர்ச்சியையும், ஆச்சரியத்தையும் முகத்தில் வரவழைத்து 'மெசி

இந்தியன் அங்கிள்' என்றாள், வலித்த கைகளை முகத்தில் காட்டாமல் 'நோ.. நோ.. யு சுயி சிறீலங்கன் தம்பி' (நான் இலங்கைத் தம்பி) என்றான். அன்றுதான் ஒரு வருடம் கடந்து லன்சனாவின் முகத்தை பார்த்தான். அவள் பிள்ளைகள் பேய் கொண்டாட்டத்தில் இனிப்பு பெற்றவர்கள் போல மெசி பொக்கு, த்ரே யோந்தி (மிக்க நன்றி, நீங்கள் நல்லவர்) என்றனர்.

"c'est normale, Vous êtes quelle paye?" (அது பெரிதல்ல, நீங்கள் எந்த நாட்டைச் சேர்ந்தவர்?) என்று நந்தன் தன் அயலவர்களை ஆட்படுத்த ஆயத்தமானான். லன்சனா பதில் சொல்லமுதல் தன் பெயரை இவன் எப்படி அறிந்தான் என்பது போல ஆச்சரியங்களை முகத்தில் கொண்டு வந்தாள். அதை உணர்ந்து உங்கள் கடிதப்பெட்டியில் ''லன்சனா பூம்போயா'' என்று எழுதப்பட்டிருந்தது என்றான். லன்சனா சிறிய வாயில் நிறைந்து கிடந்த வெண்பற்கள் தெரிய சிரித்தாள். பின்னர்தான் கினே நாட்டுக்காரி என்றாள்.

நந்தன் தானாக முன்வந்து மூவருக்கும் கைலாகு கொடுத்தான். ''நீங்கள் மிக அமைதியான அயலவராக கிடைத்து இருக்கிறீர்கள் மகிழ்ச்சி'' என்று விட்டு நகர்ந்தான்.

வீட்டுக்குள் சென்றதும் நந்தன் செய்த முதல் வேலை கினே (guinée) நாடு எங்கே இருக்கிறது என்று எல்லாம் தெரிந்த கூகுளிடம் கேட்டு அறிந்ததுதான். ஆப்ரிக்க கண்டத்தை புலியின் தலை போல் கற்பனை செய்தால் புலியின் வாய் இருக்கும் இடத்தில் கினே இருக்கிறது.

அத்திலாந்திக் சமுத்திரம் அதில் முட்டிக் கிடக்கிறது. அ.முத்துலிங்கத்தின் கதையில் அடிக்கடி வரும் சியாராலியோன் கினே நாட்டின் அயல் நாடாக கொஞ்சிக்கொண்டு கிடக்கிறது. The devil that on the water என்ற நாவலை எழுதிய 'அமினாட்டா ஃபோர்னா' வை அ.மு.பேட்டி எடுத்து எழுதியிருந்ததுதான் நினைவுக்கு வந்தது.

லன்சனாவை அறியவேண்டுமென்பதால் அவள் நாட்டைப்பற்றி அவ்வப்போது கேட்டறிந்து தன் நெருக்கத்தையும், விருப்பத்தையும் விதைத்துக்கொண்டிருந்தான்.

கினே நாடு ஆபிரிக்கக் கண்டத்தில் பச்சை நிறத்தை முழுமையாக கொண்ட நாடு. மலைகளும், நதிகளும் கனிம வளங்களும் நிறைந்து கிடக்கிறது. 1958 வரை பிரான்ஸ் நாடு முடிந்தமட்டும் அனுபவித்துவிட்டு வெளியேறியது. முதலாவது சுதேசத் தலைவர் முதலாளித்துவ நாடுகளோடு இனிக்கூட்டு இல்லை என்று வீர முழக்கமிட்டார். பின்னர் அவர்கள் சிகப்புத் தேசங்களோடு உறவு கொண்டார்கள். பிரான்ஸ், எல்லாத் தொடர்புகளையும் அறுத்துவிட்டு நல்ல காலம் என்று கொடுப்புக்குள் சிரித்துக்கொண்டது.

எத்தினி, பூல், சுசு, மலிங்கே, பாக, லந்துமா, கிசி, கேசே என்று விதம் விதமான இனங்களை கினே வைத்திருக்கிறது. ஓங்வொரு இனத்திலும் தனி மொழிகள் இருந்தாலும் அவை பேச்சு மொழியாகவே இருந்தன. இந்த வாய்ப்பை பயன்படுத்தி கண்டம் தின்னச் சென்ற பிரெஞ்சுக்காரர் தங்கள் மொழியை புகுத்தி விட்டார்கள். இதனால் இன்று கினே நாட்டின் அலுவலக மொழி பிரெஞ்சு மொழியாகவே இருக்கிறது.

லன்சனா இப்படி தன் நாட்டுக் கதைகளை கூறியபோது, நந்தன், ''உன் இனத்தின் பெயர் என்ன? அதன் மொழியை பேசுவாயா?' என்றான்.

அவள் மெழுகுபோன்ற கன்னங்கள் சுருங்க சிரித்துவிட்டு சுசு மொழியில் பேசினாள். வாய்க்குள் கொஞ்ச நீரையும் கற்கண்டையும் போட்டுவிட்டு தமிழையும் சிங்களத்தையும் தலைகீழாக கதைத்தது போல இருந்தது. அதில் 'அடே.. அடே.. ட' என்ற ஒலிகள் அடிக்கடி வந்தது.

லன்சனா ஒரு பெரு மூச்சு விட்டுவிட்டு 'நான் எனது நிலமான பாஸ்

கினேயை விட்டு வந்து இருபது வருடம் ஆகிவிட்டது இன்றுதான் என் மொழியை உச்சரித்தேன்" என்றாள்.

நந்தன், 'பிரான்சில் உனக்கு உறவினர் யாரும் இல்லையா?' என்றபோது, மின்னல் வெட்டி வானம் இருண்டது போல் முகம் மாறியது. மழைகொட்டுவது போல வார்த்தைகளை கொட்டினாள். "என் கணவரின் எல்லா சகோதரர்களும் இங்குதான் இருக்கிறார்கள். ஆனால் பேசுவதே இல்லை. கணவர் இறந்ததிலிருந்து அவர்கள் என்னை வெறுத்து விட்டார்கள்," என்று விட்டு வேகமாக சென்று விட்டாள்.

அன்றிலிருந்து நந்தனுக்கு, லன்சனாவிடம் மோசமான அனுபவங்கள் இருப்பதைத்தான் அவள் முகம் காட்டுவதாக நினைத்து கொண்டான்.

+

அன்று அதிசயமாக லன்சனாவின் பிள்ளைகள் கதவு மணியை இயக்கினார்கள். தன் கதவுக்கு ஒரு மணி இருப்பது அப்போது தான் நந்தனுக்கு தெரிந்தது. ஓடிப்போய் முதன்முதல் தன் அறையைத் தேடி வந்தவர்களை அந்த சின்ன ஓட்டையால் பார்த்தான். அவர்கள் ஒருவரை ஒருவர் பார்த்துக் கொண்டு நின்றனர்.

கதவைத் திறந்ததும், "வணக்கம்! இன்று எனது பிறந்த நாள். இரவு உங்களை எங்கள் சிறிய விருந்துக்கு அழைக்கிறோம்" என்றாள் கறுப்பு தாமரை போன்ற முகத்தை வைத்திருந்த சின்னப்பெண்.

நந்தன் அவர்கள் அழைப்பால் மிரண்டு விட்டான். அவர்கள் கதவை தட்டப்போகும் முதல் விருந்தாளி நந்தனாகத்தான் இருக்கும். அவசரமாக பொருள்மாடம் சென்று வஞ்சகமில்லாமல் மூன்று பெண்களுக்கும் பரிசுகள் வேண்டினான். லன்சனாவிற்கான பரிசை

தெரிவு செய்ய அவன் ஆசனத்திலிருந்து சிந்திக்க வேண்டியிருந்தது.

அன்று மாலைக்காக முதல் முறை நந்தன் காத்திருந்தான். அது அன்று மட்டும் அவசரமின்றி வந்தது. தன் எதிர் வீட்டு கதவிலும் மணியிருக்கும் சத்தம் கேட்டது. நந்தனை மகள்கள் எங்கோ தேடி அறிந்து 'வணக்கம்' என்று தமிழில் சொல்லி வரவேற்றார்கள். ஒரு பிறந்தநாளுக்குரிய ஆடம்பரம் இன்றி வீடு அமைதியாக இருந்தது. உணவு மேசையில் உணவுகள் அடுக்கப்பட்டிருந்தன. பிறந்தநாளுக்கான சம்பிரதாயங்கள் முறைப்படி நடந்ததும்,

கடந்த 15 ஆண்டுகளில் தன் பிள்ளைகளுக்கு பிறந்தநாள் பரிசு கிடைத்திருக்கிறது, 'நன்றி' என்றாள். பிள்ளைகள் இருவரும் இடைவெளி இன்றி 'நன்றி' என்றனர். உலகில் அருகிவரும் வார்த்தை இவர்களிடம் நிறைந்திருப்பதாக நந்தன் நினைத்துக்கொண்டான். பிள்ளைகள் இருவரும் through African eyes என்ற படத்தைப் பார்த்தார்கள். லன்சனா, "என்ன குடிக்கிறீர்கள்? என் மகள் உங்களுக்கு Bordeaux vin தெரிவு செய்தாள்" என்றாள். இரு குவளைகளில் அவை ஊற்றப்பட்டன.

லன்சனா உங்களைப் பற்றி கூறுங்கள் என்றாள். இரண்டு மிடறு சிவந்த வைன் உள் இறங்கிய சிரிப்புடன் "என் கதை சிறியது உங்கள் கணவருக்கு என்ன நடந்தது. என்று அறியலாமா?" என்றான்.

லன்சனா அமைதியாக தன் குவளையை வைத்து விட்டு, "அது ஓர் அபத்தமான கதை. யாரும் ஏற்காத கதை. நெடி வீசும் உண்மைகளை யாரும் ஏற்பதில்லை" என்று பூடகமாக சொல்ல ஆரம்பித்தாள்.

"நான் 18 வயதாக இருந்தபோது, பிரான்ஸில் இருந்த எனது பெரியப்பாவின் மகனுக்கு எனது தந்தை சிறிய துண்டு காணிக்கும், 25 ஆடுகளுக்கும் என்னை திருமணம் செய்ய ஒத்துக் கொண்டார். எனக்கு அதைப் பற்றி அக்கறை இருக்கவில்லை. எனக்கு மூன்று அம்மாக்களும்,

பன்னிரண்டு சிறிய சகோதரங்களும் இருக்கிறார்கள். தந்தை என்னைப் பிரான்சுக்கு அனுப்பி சிறந்த பெண்ணாக இருந்தால் மீதி பிள்ளைகளுக்கு வாய்ப்பு தேடி வரும் என்று நினைத்தார். எனக்கோ பிரான்ஸ் போவதே மகிழ்ச்சியாக இருந்தது. இங்கு வந்தபோது தான் என்னை விட என் கணவர் 15 வயது கூடியவர் என்பதெல்லாம் தெரியும். என் கணவர் அன்பானவர். குடித்த பின்னர் அதற்கு எதிரானவர். அவருக்கு பாரிசில் எல்லா இடங்களிலும் நண்பர்கள் இருந்தார்கள். வீட்டில் எல்லோரையும் அழைத்து போதையில் மிதப்பார்கள். எல்லோருக்கும் நான் சமையல் செய்து கொண்டே தாழ்வேன். மூத்த மகள் பிறந்த பின் வீட்டிற்குள் குடிப்பதை தவிர்க்கச் சொன்னேன். நான் தன்னை எதிர்த்துப் பேசி விட்டதாக குடித்துவிட்டு கத்துவார். ஆனாலும் எங்கள் மூவரிலும் அன்பாய் இருந்தார். அவர் நண்பர்களோடு ஒன்று கூடினால், நான் பிள்ளைகளோடு வெளியேறி சில மணி நேரம் கடந்து வருவேன். நாம் வரும்போது தான் இறந்தது போல் நடிப்பார். நானும் கண்டுகொள்ளாமல் நடிப்பேன். அன்றும் அப்படித்தான் நடந்தது. நானும் பிள்ளைகளும் வீட்டுக்குள் நுழைந்தபோது, அறையில் உள்ள அலுமாரி அவரை விடச் சிறியது. அதில் ஒரு சிறிய கயிறை கட்டி தன் கழுத்தில் போட்டுக் கொண்டு தொங்குவது போல் நடித்தார். நானும் பிள்ளைகளும் கண்டுகொள்ளவில்லை. பிள்ளைகள் தூங்கிய பின்னரும் அவர் அப்படியே நின்றார். அவர் கடைவாயில் சிரிப்பு நின்றது. நான் விளையாட்டாக கொஞ்சம் தள்ளி நில்லுங்கள் என்றபோது, கழுத்தில் மாட்டப்பட்ட கயிற்றோடு விழுந்தார். நான் அவரைத் தொட்டதும் உடல் குளிர்ந்து கிடந்தது. அவர் இறந்து விட்டார்.

அவர் உறவுகள் வந்து என்னை ஆறுதல் படுத்துவதற்கு பதிலாய் சபித்தார்கள். அவர் இறப்புக்கு காரணம் நான் தான் என்று என் தந்தைக்கும் கூறிவிட்டார்கள். யாரும் என்னிடம் பேசுவதில்லை.

உலகம் பெரியது. அதில் இப்போது எனக்கு இரண்டு உயிர்கள் தான் இருக்கிறது. 15 ஆண்டுகளை கடந்து விட்டேன்'' என்றாள். லன்சனாவின் கதை நந்தன் 93 மாவட்டத்தில் இருந்தபோது சந்தித்த பவளம் அக்காவின் கதை போல் இருந்தது. மாவட்டங்கள், நாடுகள், கண்டங்கள் மாறினாலும் பெண்களின் கதைகள் அப்படியே இருக்கிறது.

லன்சனா மற்றொரு வைனைக் கொண்டு வந்து வைத்தாள். அது 15 ஆண்டுகள் வயதுடைய போத்தல் என்றாள். 15 ஆண்டுகளின் பின் என் வீட்டுக்கு வந்த விருந்தினருக்காக என்றாள். வைனுக்கு வயது கூட பெறுமதியும் கூடும் என்பது எல்லோருக்கும் தெரியும். அந்த வைன் இரண்டு சோடி உதடுகளை நனைக்க ஆரம்பித்தபோது லன்சனா மெதுவாக கேட்டாள், 'நந்தன் உனக்கு மனைவி உண்டா?' நந்தன் தன் சிறிய கதையை குவளை வைனை முழுவதும் அனுபவித்து விட்டுச் சொன்னான்.

''நான் இலங்கை என்ற தீவில் 1988ல் இரட்டையரில் ஒருவனாகப் பிறந்தேன். மற்றவன் பெயர் நவீன். என் தாயாருக்கு 18 வயதில் நாம் பிறந்தோம். சிறுவயதில் இருந்து உன்னைப்போல என் தாயை மட்டுமே எனக்குத் தெரியும். உறவுகள் யாரையும் தாயார் காட்டவில்லை. அவர்களும் எம்மை பார்க்கவில்லை. என் சகோதரன் 2008 ல் போராளியாக இருந்து இறந்தான். என் தாயார் 2010 ல் இனம் தெரியாத நோயில் இறக்கு முன்னர் தான் எனது தந்தை யார் என்பதைக் கூறினார். 1987 ல் இலங்கைக்கு இந்திய ராணுவம் வந்ததாம். அவர்களில் ஒருவன்தான் என் தந்தை. என் தாயை வன்புணர்வு செய்ததில் பிறந்த பிள்ளை நான் என்பதை அறிய நான் 22 வருடங்கள் காத்திருந்தேன். உன்னைப் போல என் தாயும் எல்லாவற்றாலும் புறக்கணிக்கப்பட்டும் எம்மைக் கண்ணியத்தோடு வளர்த்தாள். தன் 40 வயதில் இறந்து போனாள். என் அம்மா இறக்கும் தறுவாயில் எனக்குச் சொன்னது:

"மகனே... இந்த நட்டைவிட்டு எங்கேனும் ஓடிவிடு. இது எல்லா வழிகளிலும் உன்னை வாழவிடாது அப்படி என் தாய் இறந்தபின்னர் அகதியாக இங்கே வந்தேன்" என்றான்.

எதிர்பாராத சேதியால் தாக்கப்பட்ட லன்சனாவை இலகுபடுத்த நந்தன் தனக்கு ஒரு குவளை 15 வருட வைன் வேண்டும் என்றான். அவள் அந்தப் போத்திலை வலது கையில் எடுத்து அதன் பின் குழியில் பெருவிரலையும் மற்றைய நீண்ட மெலிந்த விரல்களால் போத்தலை தாங்கியவாறு குவளையை நிரப்பினாள்.

வைன் குவளையை நிறமூட்டி நிறைந்தபோது நந்தனுக்கு இது சரியான நேரமாகப்பட்டது. வைன்போல் நீண்ட நாட்களாக பாதுகாக்கப்பட்ட, முடிவு செய்துவிட்ட பெரிய உதவிக்கான கேள்வியைக் கேட்டான்.

சட்டரீதியாக செத்தவன்

ஒரு அகதி நிசந்தனுக்கு இப்படி ஒரு அநியாயத்தை இந்த பிரான்ஸ் அரசு செய்ய எப்படி மனம் வந்ததோ தெரியவில்லை. உயிரோடு இருக்கும் போதே 'அவன் இறந்து விட்டான்' என்று எல்லா அலுவலகங்களுக்கும் செய்தி அனுப்பிவிட்டது. அதைவிடக் கொடுமை அவன் மரணச் சான்றிதழை அவன் கையிலேயே கொடுத்ததுதான்.

பிரான்ஸ் நாடு 600 ஆண்டுகளாக தொடர் யுத்த அனுபவம் கொண்டது. நெப்போலியன் என்ற பெரும் வரலாற்று புயலை அறிமுகப்படுத்தியது. நவீன ஜனநாயக புரட்சியால் சுதந்திரம், சமத்துவம், சகோதரத்துவம் என்று மூன்று விரலால் பட்டை போடுவது போல எல்லா அதிகார மையங்களிலும் எழுதி வைத்திருக்கிறது. இப்படிப்பட்ட நாடுதான் இந்தத் தவறைச் செய்தது.

இது உண்மையில் நிசந்தனின் கதை அல்ல. அயந்தனுடைய கதைதான். அயந்தன் வேறு யாருமல்ல. நிசந்தனுடைய அண்ணன்தான்.

+

அயந்தன் தன் வாழ்நாளில் வஞ்சகம் வைக்கவில்லை. இருபது ஆண்டுகளை இலங்கைக்கும், இருபது ஆண்டுகளை இலங்கைக்கு வெளியிலும் கழித்து விட்டான்.

அவன் சிறுவனாக, சிறுத்தை போல இருந்தபோது தெல்லிப்பளையை விட்டு இடம்பெயர்ந்தார்கள். அப்போது தேம்பித் தேம்பி அழுதிருக்கிறான். அதற்குப் பிறகு இருபது வருடங்களுக்கு மேல் இடம்பெயர்ந்த போது திருவிழாவிற்கு போவதைப்போல உற்சாகம் எப்போதும் அவனிடம் இருக்கும்.

கடந்த 20 ஆண்டுகளாக பல நாடுகளுக்குச் சென்றிருக்கிறான். எல்லா நாடுகளும் சுவரில் பட்ட பந்து திரும்பி வருவது போல அவனைத் திருப்பி பாரிசுக்கு அனுப்பிவிடுவார்கள். அகதிக் கோரிக்கை 20 ஆண்டுகளாக நிராகரிக்கப்பட்டுக் கொண்டு வந்திருக்கிறது. அயந்தன் அதைப்பற்றி அலட்டிக்கொண்டது கிடையாது.

ஒரு கட்டத்தில் மக்கள் ஆதரவு அதிகம் பெற்ற அகதி போல் ஆகிவிட்டான். பாரிசில் 110 வித்தியாசமான தேசமக்கள் வாழ்கிறார்கள். அதில் அதிக வேற்றுநாட்டு மக்களுடன் நட்புப் பாராட்டிய இலங்கையன் அவனாகத்தான் இருக்க முடியும். இதற்கு காரணம் பிரெஞ்சு மொழியை இளம் பிரெஞ்சு பெடி-பெட்டைகளும் இரசிக்கக் கூடியதாக பேசும் அழகுதான். நாற்பது வருடமாக பிரான்சில் குடியுரிமை பெற்று வாழும் பலருக்கு கூட நாக்கில் சூனியம் வைத்தாலும் வரமாட்டேன் என்று அடம் பிடிக்கும் பிரெஞ்சு மொழி, அயந்தனின் நாக்கில் குடியுரிமை பெற்று விட்டது.

அவனது தோற்றம் இனம் மொழி கடந்து எல்லோருக்கும் பிடித்ததாக இருக்கும். எப்போதும் தேவதையை கண்டவனின் முகம் போலவே இருக்கும். சிரிப்பு அவன் தூங்கும் போது மட்டும் தடை செய்யப்பட்டிருக்கும். படமெடுத்த நாகபாம்பின் கோடுகள் போல பிரெஞ்சுத் தாடிக்கோடுகள் நிரந்தரமாக இருக்கும். முன்னம் பல்லின் கால்வாசி துண்டை வன்னியின் ஒரு விளையாட்டு மைதானம் கடனாக பெற்று விட்டது. ஆறு அடியை தொட்டுவிடக்கூடிய உயரம். மிக

இலகுவாக சொல்வதென்றால் போராளியாகி இருந்திருந்தால் ஒரு சிறந்த தளபதியாக இருந்திருப்பான்.

'2000 ஆண்டு உலகம் அழிந்து விடும்' என்று உலகம் பேசிக்கொண்டிருந்த நாளொன்றில் பாரிசுக்கு வந்து சேர்ந்தான். பல நாடுகளை அவன் இலகுவாகக் கடந்தத்திற்கு அவன் சிரிப்புத்தான் காரணமாக இருக்கும்.

அகதி அடைக்கல விசாரணையில் சிரித்துக் கொண்டே பதில் சொன்னானோ என்னவோ? அவனுக்கு கடைசி மட்டும் அடைக்கலம் வழங்கவில்லை அந்த நாடு. அவனுக்கு நடிக்கத் தெரியாததற்கு அவன் என்ன செய்வான்?

ஆனால் சட்டம் வேலை செய்ய அனுமதிக்காவிட்டாலும் அவன் வேலையை ஆரம்பித்துவிட்டான். அந்த நிறுவனம் அவனுக்கு வாகனம் ஒன்று வழங்கியது. கட்டளைகள் வந்துகொண்டிருக்கும். அந்தந்த இடங்களுக்குச் சென்று வீட்டு வேலை செய்வதுதான் அவனுடைய வேலை.

அந்த வேலைதான் அவன் மக்களோடு பழகி, மக்களின் ஒருவனாகி, அந்த மக்களின் மொழியைக் கற்றுக்கொள்ளவதற்கு காரணமாக இருந்தது. ஒரு புற்றுக்குள் புகுந்த உடும்பு வேறு புற்றுக்குள்ளால் வெளியேறுவது போல பாரிஸ் கட்டட காட்டுக்குள் புகுந்து வெளியேறிவிடும் வல்லமை இருந்தது. பாரீசைக் காவல்காக்கும் காவல்துறை எப்போ? எந்தப் பகுதியில் நிற்பார்கள்? என்ற ஜாதகம் அவனிடம் இருந்தது.

முதல் பத்தாண்டுகளில் மூர்க்கமாய் உழைத்து தன் குடும்பத்தை பட்டினியில் இருந்து காத்து அவர்கள் தொடர்ந்து இடம்பெயர்வதற்கு துணையாக இருந்தான்.

ஓய்வு பெற்ற ஒற்றன்

பாரிஸ் வருவதற்கு கள்ளப்பயண முகவர் அவன் முதுகில் ஏற்றிவைத்திருந்த நல்ல கடனையும் வட்டியும் முதலுமாக கட்டிவிட்டான். பாரிஸ் அவனை ஏற்றுக் கொள்ளாவிட்டால் என்ன? கனவு நகரம் ரொரன்ரோ அவனை வரவேற்க வெற்றிலை பாக்கு சகிதம் காத்திருந்தது. மணிக்கூடுபோல இரண்டு வருடம் உழைத்து ரொரன்ரோ படையெடுப்புக்கு தயாரானான்.

இந்தக் காலகட்டத்தில்தான் நண்பன் மணி திடீரென புதுப்புது காரில் பயணப்பட்டான். ஒரு நாள் அகதியாக வந்த தமிழர் தங்கள் வீரத்தைக் காட்ட அடிக்கடி காட்டுக்குள் இருந்து வெளியேறி வெட்டுப்பட்டு விளையாடும் லா சப்பல் எனும் இடத்தில் மணியும் அயந்தனும் சந்தித்துக்கொண்டார்கள். மணி பாரிஸ் வந்த புதிதில் அயந்தன்தான் அவனுக்கான ஆரம்ப அடைக்கலத்தை வழங்கியவன். அதை சொன்னால் அவர்கள் உறவைப் புரிந்து கொள்வீர்கள்.

''என்ன மச்சான் நல்ல வசதி போல''

''ஓமடா கனகாலம்''

''விசா கிடைச்சா நீங்கள் மறந்துடுவீங்கள்?''

'''இல்ல மச்சான் இல்ல.. நான் இங்க நிக்குற குறைவு. வேற நாடுகள் போய்வாறனான்.''

''என்ன ஏஜென்ஸி ஆகிவிட்டாய் போல?''

''மச்சான் கனடாவுக்கு அனுப்புறேன். நல்லா போகுது. நேற்று இரண்டு பேரை கிளியர் பண்ணிட்டன்.''

''ஓ... நல்லது... நல்லது.''

''மச்சான் உன்ர விசா அலுவல் என்ன மாதிரி?''

''ஒன்றும் இல்லையடா''

"லூசா ஏன் இங்க இருந்து காய்கிறாய்? உன்ர உழைப்புக்கு அங்கே போடா. நல்ல வாழ்க்கை, விசா உறுதியா கிடைக்கும்"

"பார்ப்போம்.. பார்ப்போம்"

"மச்சான் றூட் நல்லா ஓடுது. 20 போகுது நீ 15 தா. உன்கிட்ட நான் ஏன் லாபம் வைப்பான்?"

அயந்தன், மணியிடம் பதினையாயிரம் யூறோ கொடுத்தான். அந்த நிமிடத்தில் வந்த வார்த்தை முக்கியமானது:

"மணி இது என்ர இரண்டு வருட ரத்தமும் வேர்வையுமடா"

வேகமாக பயண நடவடிக்கை ஆரம்பமானது. அமெரிக்காவின் விமான நிலையத்தில், மெக்சிகோவுக்கான விமானத்தில் ஏறப்போகும் போது, ஒசாமா பின்லேடனை. பிடிப்பதைவிட்டு விட்டு அமெரிக்க காவல்துறை அயந்தனை பிடித்துவிட்டது. மணி விசில் அடித்துவிட்டு கைபேசியை மாற்றிவிட்டான்.

அமெரிக்காவிற்கு பெரிய மனது. ஒரு வருடம் கடும் காவல் தண்டனை வழங்கியபின் நாடுகடத்துவதாகச் சொன்னது. ஒருவருடம் அமெரிக்காவில் தங்குவதையிட்டு மகிழ்ந்துபோனான். அந்தச் சிறைதான் அயந்தனை ஆங்கிலத்தில் விற்பன்னன் ஆக்கியது. ஒரு சிறந்த ஆபிரிக்க அமெரிக்கனாகவே மாறிப்போனான். சிறையில் இருந்தால் என்ன அமெரிக்க காற்றுத்தானே வீசிக்கொண்டிருந்தது?

அமெரிக்க சிறை காவலாளியாக இருந்த ஒருத்தி அடிக்கடி சிரித்துப் பேச ஆரம்பித்த அதிகாலை ஒன்றில் கொழும்புக்கு நாடு கடத்தப்பட்டான்.

கொழும்பு அவனை கொடுப்புக்குள் வைத்திருக்கும் வெற்றிலைச்சாறு போல துப்பி விட்டது. அவன் தோற்றம் இப்போது இலங்கைக்கு உரியவனாக இல்லை.

ஓய்வு பெற்ற ஒற்றன்

தனது அனுபவத்தில் அசையாத நம்பிக்கை வைத்து எந்த அமெரிக்க சிறையில் இருந்து நாடுகடத்தப்பட்டானோ? அதே அமெரிக்காவின் கடவுச்சீட்டை வடிவமைத்து அமெரிக்கன் போல பாரிசுக்கு மீண்டும் வந்திறங்கினான். (அமெரிக்க CIA அப்போது 'டோரா போரா' மலைகளில் நின்றிருக்கும்.)

பாரிஸ் மீண்டும் அகதி அடைக்கல கோரிக்கையை நிராகரித்தது. அயந்தன் அடை மழை போல சிரித்துக் கொண்டே வேலை செய்ய ஆரம்பித்து விட்டான். இனி பாரிசை விட்டுப் போவதில்லை என்று முடிவெடுத்து விட்டான். ஏனென்றால் அவசரப்பட்டு அவன் அழகி ஒருத்தியை காதலித்து விட்டான். அழகியின் குடும்பமும் சம்மதம் தெரிவித்தது. ஆனால் சொந்த வீடு அவசியம் என்றார்கள்.

அவனுக்கு எந்த ஒரு நாடும் இல்லைத்தான். அதனால் என்ன? சொந்த வீடு என்ன நாடே வாங்கலாம், என்று உழைத்து உழைத்து அழகி பெயரில் செல்வம் சேர்த்தான்.

எல்லோருக்கும் அவசர ஊர்தி போல தன் வியர்வையை செலவழித்துக் கொண்டிருந்தான். தன் திருமண நாட்களை எண்ணிய அவன் காதுகளுக்கு ஒரு சேதி வந்தது- என்னை மறந்துவிடு.

ஒன்றும் புரியாமல் அவளின் தாய், தந்தையிடம் ஓடினான். "ஆம் அவளை மறந்து விடு" அவன் கத்திய ஓசை பாரிசில் இடி முழக்கமாக உணரப்பட்டது. அவன் கட்டிய வீட்டில் இருந்தே "வெளியே போ" என்றார்கள்.

அதன்பிறகு அவன் எந்த வீடுகளுக்கும் போகவில்லை. வீதியில் உலக தோழர்களும், பாரிசின் அத்தனை போதை உலகமும், வீதிகள் அறிய தன்னைத்தானே இந்த மனிதர்கள் பார்க்க பார்க்க தன்னை சிதைக்க ஆரம்பித்தான்.

அந்த நாட்களில்தான் அவன் தம்பி நிசந்தன் பாரிசுக்கு வந்து சேர்ந்தான். அவனுக்கு அகதி அடைக்கலம் கிடைத்தது. ஆனால் அவனால் அயந்தனை மாற்ற முடியவில்லை.

எப்போதாவது பாரிசின் ஏதோ ஒரு வீதியில் கடும் முயற்சிக்குப் பிறகு அயந்தனை சந்திப்பான். அச்சந்திப்பில்:

''அண்ணா என்னோடு வந்து இரு நாம் ஒன்றாக இருப்போம்'' என்றால்,

''உன் வேலையை பார்''

என்ற துண்டு வார்த்தை வீசி விட்டு, கெற்றப்போலில் இருந்து புறப்படும் கல்லுப் போல புறப்பட்டு விடுவான். மனிதர்களின் ஆலோசனைகளை ஏற்பதில்லை என்று உறுதியான முடிவை அயந்தன் எடுத்துவிட்டான்.

+

அப்போது அவசரப்பட்டு 2020 வந்துவிட்டது. நிசந்தன் மூன்றாம் ஆண்டு படிக்கும் போது, லீலாவதி ஆசிரியர் 'கடவுள் தூணிலும் இருப்பார் துரும்பிலும் இருப்பார்' என்று சொன்ன வசனம் அவன் மனதில் எப்போதும் அழிவதில்லை. காரணம் ஆசிரியர் அவ்வளவு அழகு.

அதன் அர்த்தத்தை 2020 ல் அறிந்துகொண்டான். கொரோனா போலவே கடவுளும் இருப்பார் போலும். அந்த முதலாவது முடக்கத்தை பிரான்ஸ் அறிவித்த மறுநாள் போதைப்பொருட்களால் துருப்பிடித்த குரல் ஒன்று தொலைபேசியில் கத்தியது.

''அயந்தனை பொம்பியே (அவசர மருத்துவ வண்டி) கொண்டு போயிட்டு.. அவன் கோமாக்குப் போய்போட்டான்''

''ஏன்.? எந்த hôpital? நீங்கள்?.. ஐயோ..''

நிசந்தன் கேள்விகளை முடிக்க முன்னரே அது துண்டிக்கப்பட்டு விட்டது. கைபேசி சூடாகும் அளவிற்கு அந்த இலக்கத்துக்கு தொடர்பெடுக்க முயன்றான். அந்த இலக்கம் தொடர்பு எடுக்கமுடியாத நிலையில் உள்ளதாக ஒரு பெண் மன்னிப்பு கேட்டுக் கொண்டே இருந்தாள்.

ஆபத்தான சூழலில் சிலருக்கு மூளையின் ஒரு பகுதி தூக்கத்திற்கு போய்விடும். அடுத்த நாள்தான் அயந்தனின் இலக்கத்துக்கே அழைக்கலாமே என்று அவன் மூளை சொன்னது, அழைத்தான். அது வேலைசெய்தது. குறுஞ் செய்திகளை அனுப்பினான். அச்செய்திகளுக்கு பதில் இல்லை, ஆனால் பார்க்கப்படுவது தெரிந்தது.

ஏதோவொரு வைத்தியசாலையில் அவன் இருக்கலாம். பாரிசின் வைத்தியசாலைக்கு அழைத்தான். அப்போது கொரோனாவால் ஆயிரக்கணக்கானவர்கள் இறந்து கொண்டிருந்தனர். இருந்தும் வைத்தியசாலைகள், காத்திருக்கச் சொல்லி தங்கள் தரவுகளை கணனிக்கு தெரிவித்து தேடியதில் எல்லா வைத்தியசாலைகளும் 'இந்தப் பெயரில் ஒருவரும் இல்லை' என்று சத்தியம் செய்தது.

கைபேசிக்கு செய்தி அனுப்பிக் கொண்டே இருந்தான். அந்த செய்திகள் பார்க்கப்பட்டு கொண்டே இருந்தன.

முதல் முடக்க காலம் முடிவடைந்து அயந்தனை வைத்தியசாலைகளில் தேட நான்கு மாதங்கள் காத்திருக்க வேண்டியிருந்தது. பெரிய வைத்தியசாலை ஒன்றில் அதிகாரியை சந்திப்பதற்கு அனுமதி வழங்கப்பட்டது. அந்த வைத்திய அதிகாரி இப்படிச்சொன்னார்

''தவறுக்கு வருந்துகிறோம். நாங்கள் 15 நாட்கள் நிசந்தனை தேடி யாரும் வருவார்கள் என்று காத்திருந்தோம். அதற்கு மேல் இக்கட்டான

நிலையில் உடலை வைத்திருக்க முடியவில்லை. இந்த நகரமன்று தந்த இடத்தில் அடக்கம் செய்து விட்டோம். இறந்தது 'நிசந்தன்' அல்ல 'அயந்தன்' என்பதை நீதிமன்றமே மாற்ற முடியும். ஆண்டவன் உங்களை காப்பாற்றுவாராக'' அயந்தன் வீதி மனிதனாக விதி செய்தவர்கள் ''வைத்தியசாலைக் கெதிராக வழக்கு போடவேண்டும்'' என்று கொதித்தனர்.

அயந்தனுக்கு பிரான்ஸ் நாடு சொந்த நிலம் கொடுத்துவிட்டது.

நிசந்தன் தன் இறப்புச் சான்றிதழோடு காத்திருக்கிறான். மூன்று கேள்விகளுக்கு ஓராண்டு நெருங்கியும் அவனுக்கு விடை இல்லை.

1, அயந்தன் தொலைபேசியின் குறுஞ்செய்திகளை யார் பார்த்துக்கொண்டிருந்தது?

2, நிசந்தன் என்ற பெயரில் அயந்தன் எப்படி சாக முடிந்தது?

3, நீதிமன்றம் நிசந்தன் இறக்கவில்லை என்று எப்போது தீர்ப்பிடும்?

திருவாளர் நிசந்தன் 'எப்படியாவது 40 வயதிற்குள் திருமணம் செய்திடவேண்டும்' என்ற கனவு கலைந்து போய்விட்டது. இறப்புச்சான்றிதழை வைத்திருப்பவனை யாரும் திருமணம் செய்வதில்லை.

முடிவுக்கு வந்த நிலத்தின் கதை

வீரசிங்கம் வண்டியை நிறுத்துமாறு கனகனுக்கு கட்டளையிட்டார். ஆனால் ஏன்? எதற்கு? என்று ஒரு கேள்வியையும் கனகனால் கேட்க முடியாது. அவன் கேள்விகள் கேட்கமுடியாத ஊழியன். வீரசிங்கத்தின் 'எரிமலை வாசலில் நின்ற முகமும், உடல் இறுக்கமும், அணிந்திருந்த சட்டையின் தோரணையும் அவர் வழமையாக கோபம் கொள்ளும் போது தோன்றும் தோற்றம்தான். ஆனால் வண்டில் கரையோரம் இருந்த இடியன் துவக்குத்தான் கனகனை அச்சுறுத்தியது. ஏதோ நடக்கப் போவதை கனகன் பதட்டத்தோடு சகித்துக்கொண்டான்.

பெரு வீதியை கண்டதும் 'நிறுத்து' என்றார். கனகன் இரண்டு கயிறுகளையும் இழுத்து வடக்கன் வண்டில் மாடுகளை பிறேக் அடிக்கச் செய்தான். வீரசிங்கம் வண்டிலின் பின்பகுதியால் தன் கால்களை நீட்டி தரையில் நிமிர்ந்து நின்றார். அவர் குதித்து இறங்கத் தேவையில்லை. கால்கள் அவ்வளவு நீளமானவை. வீரசிங்கம் வலது தோளில் இடியனை எடுத்து கலப்பை போல வைத்தார். அதன் குழல்களை இடது கையால் பிடித்துக் கொண்டார்.

"இங்க நில்லு, இப்ப வாரன்" என்றவர் கனகன் முகத்தைப் பாராமல் A9 வீதியைக் கடந்தார். வீதியின் மறுபக்கம் சங்கக்கடை இருந்தது. அதை திறந்துவிட்டு தனது மனேச்சர் ஆசனத்தில் இருந்த மார்க்கண்டு

அண்ணரை கனகனால் பார்க்க முடிந்தது. அவர் கொழுத்திய சாம்பிராணி புகை மார்க்கண்டரை சூழ்ந்து கொண்டடிருந்தது. சங்கக்கடை பாலை மரத்தில் ஒரு காக்கை கரைந்து கொண்டிருந்தது. சங்கக்கடை முகட்டில் இரண்டு புறாக்கள் ஏதோ பேசிக்கொண்டிருந்தன. அந்த காலை நேரத்தில் வேறு ஒரு சீவனும் அங்கு இல்லை.

''இந்த மனுசன் சங்கக்கடைக்கு ஏன் இடியனுடன் போகுது? இதனை மார்க்கண்டருக்கு விக்கப் போகிறாரோ?'' என்று நினைத்தவாறு கனகன் கோவணத்தின் கரையில் சுருட்டி வைத்திருந்த வெற்றிலைச் சரையை எடுத்து விரித்தான். 'டுமீல் ஊ.. டுமீல் ஊ..' அந்த சத்தம் அந்த நொச்சிமோட்டை கிராமத்தை அதிரச் செய்தது. வீரசிங்கம் சரியாக பத்தடி தூரத்தில் நின்று மார்க்கண்டின் நெஞ்சில் குறிவைத்துச் சுட்டார். மார்க்கண்டு கணக்கு மேசையில் இருந்தபடியே விழுந்தார். ரத்தம் இதயத்தில் இருந்து நேரடியாக சீமெந்துத் தரையில் விழுந்து ஓடிவந்து சங்க கடையின் வாசலில் பரவி நின்றது.

வீரசிங்கம் திரும்பி வண்டிலை நோக்கி நடந்தார். கனகன், கிறங்கிப்போய் வண்டிலில் இருந்தான். வெற்றிலைச்சரை நிலத்தில் சிதறி கிடந்தது. கனகன் வந்த வீரசிங்கத்தை நடுங்கும் வாயால் ''ஐயா..'' என்றான். மேற்கொண்டு. இருவர் வாயிலிருந்தும் ஒலி வரவில்லை.

வண்டிலினுள் ஏறியவர் இடியனை மடியில் வைத்துக்கொண்டு ''வண்டிலை வவுனியா போலிஸ் ஸ்டேசனுக்கு விடு!'' என்றார். கனகன் தோய்க்கப் போட்ட உடுப்பு காற்றில் பதறுவது போன்ற இதயத்துடன் வண்டியைச் செலுத்தினான். வீரசிங்கம், போலீஸ் ஸ்டேஷனுக்குள் இடியனுடன் நுழைந்து, ''சங்கக் கடை மனேச்சர் மார்க்கண்டை நான் சுட்டு விட்டேன்'' என்றார். மொத்த பொலீஸ் ஸ்ரேசனும் எழுந்து நின்றது. மரியாதையோடு அவரிடமிருந்த இடியன் துவக்கை முதலில் பெற்றுக்கொண்டார்கள்.

அங்கிருந்த தமிழ்-சிங்கள போலீசார் சூழ்ந்து நிற்க, கனக சூரியர் என்ற கான்ஸ்ரபிள் இரண்டு கைகளாலும் தூக்கிவந்த குற்றப்பதிவேட்டில் வீரசிங்கத்தின் குற்ற ஒப்புதல் வாக்குமூலத்தை பதிவு செய்தார்.

"கதிரவேற்பிள்ளை வீரசிங்கம் ஆகிய நான், 2 பங்குனி 1972 இன்று காலை ஒன்பது மணிக்கு சங்கக்கடை மனேச்சரான மார்க்கண்டை எனது இடியன் துப்பாக்கியால் இரண்டு தடவை சுட்டேன். மார்க்கண்டு விசுவாசமாக நடப்பதாக காட்டிக் கொண்டான். எமக்கு ஏ 9 வீதியில் இரு மருங்கிலும் 20 ஏக்கர் காணி இருக்கிறது. பல தலைமுறையாக இந்த நிலத்தில் எனது மூதாதையர் காட்டை அழித்து உருவாக்கிய காணிகள் அவை. இந்த ஆண்டு இலங்கையை முழுவதுமாக வெள்ளையனிடம் இருந்து விடுபடும் சட்டங்கள் ஏற்படுவதாகவும் அவசியம் காணிகளை கந்தோரில் பதிந்து காணி உறுதி பெறவேண்டும் என்ற ஊர் நடப்பை எனக்குச் சொன்னது மார்க்கண்டுதான். அதனால் என் காணிகளை சட்டப்படி பதிந்து உறுதிகளை பெற்றுத்தர மார்க்கண்டுவிடம் ஒப்படைத்தேன். அதற்கு ஒரு தொகையை அவனுக்கு வழங்கினேன். மார்க்கண்டு மானிப்பாயில் இருந்து இங்கு வந்து தொழில் செய்கிறான். அவன் படித்தவன். மலையகப் பகுதியில் இருந்து என் தோட்டத்தில் வேலை செய்ய பலரை பணத்துக்கு வரவேற்றுத் தந்தது மார்க்கண்டுதான். ஆனால், அவன் எனது 20 ஏக்கர் காணியில் 10 ஏக்கரை தனது பெயரில் பதிந்து விட்டான். இதை நேற்று வந்த கச்சேரி கடதாசி உறுதிப்படுத்தியது. என்னால் இந்த நயவஞ்சகத்தை ஏற்றுக் கொள்ள முடியவில்லை. படித்தவர்கள் ஏமாற்ற ஆரம்பித்தால் எல்லாம் மோசமாகிவிடும். அவனுக்கு பல நல்லவைகளை நான் செய்தேன். என்னை ஏமாற்றிய செயல் என்னை கொன்றதற்கு சமன். இப்படியானவன் இருக்கக்கூடாது என்று முடிவு செய்தேன். காலையில் என் தோட்டத்து தொழிலாளி கனகனுடன் வண்டியில் சென்று அவனைச் சுட்டேன்."

வீரசிங்கம் ஆறு அடிக்கும் அதிகமான நீளமானவர். அவர் எப்போதும் சவரம் செய்யப்பட்ட முகத்துடன் காட்சி தருபவர். அந்தப் பகுதியில் அறியப்பட்ட ஆளுமை. குரங்கு, யானை, கரடி,சருகு புலி எல்லாவற்றையும் சுட்டும், கலைத்தும் தன் கரத்தால் மரங்களை வெட்டி காணியை பெருக்கியவர். அவர் எந்த மனிதருக்கும் கைவைத்து பழக்கம் இல்லாதவர். எதிர் நிற்பவர் யாரும் அவரை அண்ணாந்து பார்க்க சங்கடப்படுவர். ஊர்க்காரர் இவரை கண்டால் துண்டை எடுத்து கையில் வைத்திருப்பர். சிலர் வீரசிங்கம் வீதியில் வந்தால் ஒதுங்கி நின்று அவர் தம்மை கடந்த பின்னர்தான் நகர்வார்கள். யாருக்கும் கொடுத்த வாக்கை ஒருபோதும் தட்டிக்கழிக்காதவர். அவர் தோட்டத்தில் 15 பேர் வேலை செய்தார்கள் அத்தனைபேரும் இருக்க வீடு, வசதி வாய்ப்புகளை ஏற்படுத்தி வீரசிங்கம் என்ற பெயருக்கு எந்தக்கெடுதலும் வராமல் காத்தவர். ஒரு படித்த சக மனிதன் தன்னை ஏமாற்றி காணிகளை திருடியதால் விலங்குகளை சுட வைத்திருந்த துப்பாக்கியால் விதிகளை மாற்றி மார்க்கண்டை சுட்டுவிட்டார்.

''வீரசிங்கம் தன் குற்றத்தை ஒப்புக் கொண்டதுடன், மனதில் ஏற்பட்ட மாற்றமும் அவரை கொலை செய்யத் தூண்டியது. கொலைக்கான காரண நிமித்தமும், கொலையாளியின் நிலை கருதியும் வழமையாக கொலைத் தண்டணைக்கான மரணதண்டனை தீர்ப்பிலிருந்து விடுவித்து அவருக்கு ஆயுள் தண்டனை வழங்கப்படுகிறது.'' என்று நீதிமன்றம் கூறியது.

அவரின் வழக்கை வாதாடிய சிவசிதம்பரம் ''நீங்கள் சிறைக்குள் இருக்கும் நிலையைப் பொறுத்து சில ஆண்டுகளில் விடுதலை அடைய வாய்ப்புண்டு.' என்று தான் பெற்ற பணத்துக்கு ஏற்ற வார்த்தைகளைக் கூறிச்சென்றார். (வீரசிங்கம் சிறைக்கு சென்றதால் இனி அவரின் பெயரை சிங்கம் என்றே அழைப்போம்) சிங்கத்தின் முதல் தாரம் முதல் குழந்தை பிறந்தபோது பிள்ளையும் தாயும் 1949 ல் இறந்துவிட்டார்கள்.

வெள்ளையர் வெளியேறிய சகுனம் சரியில்லை என்று ஊர் கிழவிகள் பேசிக்கொண்டார்கள். சிங்கம் சிலகாலம் தனியே வாழ்ந்தார்.

அவரின் உறவுப் பெண் நாகசுந்தரி வயசுக்கு வருமட்டும் உறவுக்காரர் காத்திருந்து சிங்கத்துக்கு கட்டி வைத்தனர். நாகசுந்தரிக்கும் சிங்கத்தாருக்கும் 18 வயது இடைவெளி இருந்தது. அதை அவர்கள் பெற்றெடுத்த ஆறு குழந்தைகளும் நிறைத்தார்கள். ஆறாவதாக ஆண் பிள்ளை பிறந்த மகிழ்ச்சியில் இருந்த போதுதான் சிறைச்சாலைக்குச் செல்ல வேண்டிய நிலை வந்தது. சிறைச்சாலையில் சிங்கத்தார் கண்ணியத்தோடு இருந்தார். பத்திரிகைச் செய்திகளை படிப்பதில் காலத்தை போக்கினார். அப்போது இலங்கையில் நடைபெற்ற நிகழ்வுகள் அவருக்கு ஏமாற்றத்தைத் தந்து கொண்டிருந்தன.

S. W. R. D பண்டாரநாயக்கா சுட்டுக் கொல்லப்பட்டதால் அரசியலுக்கு வந்த அவர் துணைவியார் வெள்ளையர்கள் உருவாக்கி தந்த சட்டங்களிலிருந்து பூரண விடுதலை ஏற்படுத்தலாம் என, புதிய அரசியல் அமைப்பை ஏற்படுத்த மும்முரமாக ஈடுபட்டார். தமிழர்களின் பிரச்சனைகளையும் தீர்க்கும் முகமாகவே இருக்கும் என்று எல்லோரும் நம்பினர். அதற்கு முக்கிய காரணம், இரண்டு மொழி என்றால் ஒரு நாடு, ஒரு மொழி என்றால் இரண்டு நாடு என்ற சிவப்புக் கொள்கைத் தலைவரும், பொதுவுடமைச் சிந்தனை கொண்ட கொல்வின் ஆர் டி சில்வா அந்த அரசியல் அமைப்புக் குழுவின் தலைவராக நியமிக்கப்பட்டதும் அந்த நம்பிக்கையின் பலமாக இருந்தது.

ஆனால் அது மோசமான சட்டங்களோடு வந்தது. தண்ணீர் குவளைக்குள் பரக்குவாட்டர் விட்டுக் கொடுத்தது போல தமிழருக்கு அது ஆகிப்போனது.

சிறுபான்மை மக்களுக்கு சிறிய அரவணைப்பை கொடுத்த

வெள்ளையர் சட்டங்களை நீக்கி முழுச்சிங்கள நாட்டுக்கான சட்டங்ளோடு 'குறிப்பிட்ட ஒரு மதத்தையும் அரசு பேணிப் பாதுகாக்கவேண்டும்! என்று அருமையான தீவில் விசம் தூவி நிலத்தை பிளக்கச் செய்தது. சிறுபான்மை மக்கள் வீதியில் விடப்பட்டு அவர்கள் கருத்துக்கள் ஏதும் கேட்கப்படாது அவர்களை ஆளும் சட்டங்கள் நடைமுறைக்கு வந்தது. சனநாயகம் தன் புற்று நோயை வெளிப்படையாய் காட்டிக்கொண்டது.

சிறைக்குள் வரும் செய்திகளால் 'சிங்கத்தின்' இதயமும் மூளையும் வெப்பமாகி கொண்டே வந்தது. யார் யாரோ நமக்காக சட்டம் இயற்றி நம் நிலத்தைப் பறிப்பது போல் இருந்தது. சிறையிலிருந்து 1981ல் சிங்கத்தார் வெளியே வந்தபோது இலங்கை இரண்டாக பிரிந்து கொண்டு வந்தது. ஊர் மாறி இருந்தது. அவரின் மூத்த மகன் ஒரு முக்கிய இயக்கத்தின் பொறுப்பாளராக மாறிவிட்டிருந்தான். (சிறையில் இருந்து வந்து விட்டதால் அவரை வீரசிங்கம் என்றே அழைப்போம்.)

தன் பிள்ளைகளில் கடைசி பிள்ளையை வைத்துக் கொண்டு மீதி பிள்ளைகளை யாழ்ப்பாணம் அனுப்பினார். அங்கே முதன்மையான பள்ளிகளில் சேர்த்து விட்டார்.

அவர் மனம், விடுதலையான பின் அதிக பாரமாகிக் கொண்டு வந்தது.

மலையில் இருந்து பள்ளத்தாக்கில் விழுபவனின் நிலையில் இதயம் இயங்கியது.

பேசுவதை குறைத்துக் கொண்டார். மறக்க நினைத்தாலும் மார்க்கண்டின் நினைவுகள் குளத்தில் எறிந்த கல்லுப்போல் அலைகளை உருவாக்கியது. சிறைத்தண்டனையை விட, மனத்தண்டனை அவரைகட்டிப் போட்டது.

அன்று அதிகாலை எழுந்து காணியை சுற்றி நடந்து வந்தார். பயிர்களைப் பார்வையிட்டார். சூரியன் கம்மாலையில் சூடாக்கப்பட்ட இரும்புபோல் வந்துகொண்டிருந்தது. வெள்ளை வேட்டியும், வெள்ளைச் சட்டையும் போட்டுக்கொண்டார். அவர் நீண்ட கைகளில் பச்சைப்பாம்புகள் போல நரம்புகள் தெரிந்தன. அவர் தோற்றத்தை பார்த்தால் 'ஏதோ முக்கிய வேலையாய் வீரசிங்கம் கிளம்பிவிட்டார்' என்று ஊருக்கே தெரியும்.

மாட்டுக் கொட்டிலைத் தாண்டி படலை நோக்கி நடந்தார். வலப்பக்கம் இருந்த அகில் மரமருகில் இருந்த குடிசைத் திண்ணையில் கனகன் வட்டில் நிறைய சிகப்பு 'அடிசில்' குவித்து உணவருந்திக் கொண்டிருந்தான். காலையில் உணவருந்தும் கனகனை வீரசிங்கம் பார்த்தார்.

கனகன் எழுந்து "ஐயா வண்டில் பூட்டணுங்களா?" என்றான். அவன் பின்னால் அவன் துணைவி வள்ளி செம்பில் தண்ணீரோடு ஓடி வந்தாள். கனகனை ஆழமாகப் பார்த்துவிட்டு, உணவருந்துமாறு கையால் காட்டிக்கொண்டார். அவர் கைகாட்டிய விதத்தில் "ஐயா அசீர்வாதம் செய்வதுபோல் கை காட்டினார்" என்று வள்ளி கனகனுக்கு கூறிக்கொண்டாள்.

"ஐயா நல்ல மனசோடு எங்கோ போகிறார்" என்று வள்ளிக்கு பதில் சொன்னான். வீரசிங்கம், தன்னால் சுட்டுக் கொல்லப்பட்ட மார்க்கண்டு வேலை செய்த சங்கக் கடை நோக்கி நடந்தார்.

இடையிலுள்ள வாசகசாலையில் பரபரப்பாக பல இளைஞர்கள் நின்றனர். என்ன பிரச்சனை? என்று எட்டிப் பார்க்கலாம் என்று உள்ளே நுழைந்தார்.

அங்கிருந்தவர்கள் இடைவெளி விட்டு எழுந்து நின்றனர். ஒருவன், "ஐயா.., யாழ்ப்பாண நூலகத்தை எரித்து விட்டார்கள்" என்றான்.

அங்கிருந்த பத்திரிகையொன்றில் 'காமினி திசாநாயக்கா, சிறில் மத்தியூ போன்ற அமைச்சர்கள் தலைமையில் யாழ் நூலக எரிப்பு' என்ற செய்தி கொட்டை எழுத்துக்களில் கருகிப்போய் கிடந்தது.

வீரசிங்கம் அங்கிருந்து வெளியேறி நடந்தார். A9 வீதி முள்ளந்தண்டு போல் படுத்திருந்தது. அதன் மறுபுறம் சங்கக்கடை தெரிந்தது. அதற்குள் மார்க்கண்டு இடத்தில் வேறு யாரோ இருந்தார்கள். அந்த இடத்தைப் பார்த்துக்கொண்டே நின்றார். கால்கள் நடுங்குவதுபோல் இருந்தது. நெஞ்சுக்குள் ஈயத்தை காய்ச்சி ஊற்றியதுபோல் வலி எடுத்தது. அருகே இருந்த ஆலமரத்தின் கீழ் சென்று சாய்ந்து உட்கார்ந்து கொண்டார். மார்க்கண்டு சுடப்பட்ட இடத்தை பார்த்துக்கொண்டே இருந்தார். இரண்டு காக்கைகள் கரைந்தன. சங்கக்கடை முகட்டில் இருந்த புறாக்கள் எங்கோ பறந்து சென்றன. வீரசிங்கத்திற்கு தலை சுற்றுவது போல இருந்தது.

வெளியே மலைப்பாம்பு போல் கிடந்த ஆலம்வேரில் தலைவைத்து படுத்தார். இதயம் அப்போது இறுதியாக துடித்துவிட்டு ஓய்வெடுத்துக்கொண்டது. வீரசிங்கம் செத்துப்போனார். அடுத்த வருடம் அவர் மனைவி அதே ஆலமரத்தில் தூக்கிட்டு இறந்துபோனார். மீதி ஐந்து பிள்ளைகளும் 1985ல் ஊரைவிட்டு, நாட்டைவிட்டு, கனடாவிற்கு சென்றுவிட்டனர். 1987ல் மூத்த மகன் ஒரு சண்டையில் குண்டடிபட்டு இறந்தான். வீரசிங்கத்தின் காணி மீண்டும் பறவைகளின் உதவியால் காடு நிறைந்ததாக மாறியது. விலங்குகள் மீண்டும் வந்தன. 2010 ல் வீரசிங்கத்தின் பூர்வீக கதைகளை வைத்திருந்த காட்டை இலங்கை அரசு அழித்தது. அவை இராணுவக் குடியிருப்பாக மாற்றப்பட்டது.

சண்டைகளில் தன்பிள்ளைகளை பறிகொடுத்துவிட்டு கனகனும், வள்ளியும் வீரசிங்கத்தின் நிலத்தில் வாழச்சென்றார்கள். அவர்களை

இராணுவம் துரத்திவிட்டது. அவர்கள் பின்பு எங்குபோனார்கள் என்று யாருக்கும் தெரியவில்லை. அவர்கள் பதிவில்லாத மனிதர்கள். இவையொன்றும் வீரசிங்கம் சந்ததிக்கு தெரிய வாய்ப்பில்லை. அவர்கள் வெகு தூரம் போய்விட்டார்கள். இப்படித்தான் அவர்கள் கதை அந்த நிலத்தில் முடிவுக்கு வந்தது.

ஓய்வுபெற்ற ஒற்றன்

‘டறில் லூயி ஜெயிலுக்கு போய்விட்டான்’ என்று ஆர்யென்ரீனா மாட்டின் முதுகுக்கும் வயிற்றுக்கும் இடைப்பட்ட பகுதியில் இருந்து கவனமாக வெட்டப்பட்ட, சுற்றிவர வேகி நடுப்பகுதி சுடு இரத்தம் ஓடத்தயாரக இருக்கும், உலகின் சிறந்த இறைச்சித்துண்டை வாயில் செலுத்திக்கொண்டே ‘டியே லூயி’ கூறினார்.

இறைச்சித்துண்டை முழுமையாக அனுபவித்துச் சாப்பிட்ட அவர், எதிரே, ஊரில் பலகை அடித்தவன் போன்ற தோற்றத்தில் இருந்த உணவுவிடுதிச் சமையலாளனான என் அதிர்ந்த முகத்தைப் பார்த்து சிரித்தார்.

தன் மகன் ஜெயிலுக்கு போனதைக் கொண்டாட வந்த விசித்திரமான அப்பாவை நான் பார்த்துக் கொண்டிருந்தேன்.

பாரிசில் இருந்து 25 km தூரத்தில் இருக்கும் முக்கியமான நகரம் Versailles. பிரான்சின் அழகு அங்கு ஒழித்து வைக்கப்பட்டுள்ளது. மரங்களுக்கு எப்போதும் தலைசீவி நிலத்துக்கு பச்சைப் பவுடர் போட்ட அழகு நகரம். அறிவொளிக் காலத்தின் ஐரோப்பிய பெரு அரண்மனை அங்குதான் உண்டு. அந்த நகரத்தின் சிறு சிறு மாளிகை போன்ற வீடுகளின் நடுவிலும், வளர்க்கப்பட்ட காட்டுக்கும் அருகேதான்

எட்டாம்பிறை வடிவில் இருக்கிறது அந்த உணவு விடுதி.

1914ல் இருந்து அந்த உணவுவிடுதி அங்கு ஆட்சி செய்கிறது. டியே லூயியின் தலைமுறை அதற்கு முதலே அந்த நகரை 'முடிவெடுத்து' தங்கிவிட்டது.

டியே லூயி ஓய்வுபெற்ற புலனாய்வு அதிகாரி (DGSE). கடந்த 5வருடமாக வாரத்தில் இரண்டு தடவை மாட்டிறைச்சி சுவைக்காமல் ஓய்வெடுக்க அவரால் முடியவில்லை. தனது மகன் டறில் 14 வயதில் இருந்தபோதே உணவு விடுதியில் வேலை பழக அனுப்பிவிட்டார். ஏனெனில் ஜெயில் தண்டனை பெற்றவர்கள் அரசவேலைகளில் அமரமுடியாது.

டியே லூயியை முதன் முதலில் பார்த்தபோது, பிரெஞ்சு சண்டியராக இருக்கும் என்றே நினைத்தேன். காதில் ஒரு வெள்ளிக்கடுக்கண், இடதுகையின் உட்பகுதியில் உருவமில்லாத டாட்டூ. வலது மோதிர விரலில் தங்க நிறத்தில் மண்டையோட்டு மோதிரம். கறுத்தமுழி நீலச்சூரியன் போல இருக்கும். பார்வை எதிரே நிற்பவரின் எலும்பை எண்ணுவது போலக் குத்தும். நீர்ப்பூசணிக்காயை நடுவே கீறிவிட்ட உதடுகள். எப்போதும் சீராக வெட்டப்பட்ட சூளி.

பழக்கப்பட்டதாலோ என்னவோ கேள்விகளை வீசிவிட்டு வேடன் போல மற்றவர்களின் வார்த்தைகளைக் கண்களால் கேட்டுக் கொண்டிருப்பார். ஓய்வு பெற்ற பின்பும் அவரால் உளவாளி நெடியில் இருந்து விடுபட முடியவில்லை.

என்னை, டியே லூயியிடம் கொஞ்ச மூளையும், நிறையப் பணமும் வைத்திருக்கும் மதிப்பிற்குரிய என் முதலாளி அறிமுகப்படுத்திய போது, " tu es tigre Tamoul'? ('நீ தமிழ்ப்புலியா?') என்று கேட்டார். எனக்கு மின்னல் வரமுன்னர் இடியேறு வந்தது போல் இருந்தது. கைலாகு கொடுத்தபோது, விரல்கள் தென்னங்குரும்பை

போலாகிவிட்டது. விரல் எலும்புகள் முறியவில்லை என்பதை அவசரமாய்ச் சரிபார்த்துக்கொண்டேன்.

வழமையாக என்போன்றவர்களைக் காணும் பிரெஞ்சுக்காரர் 'நீ பாகிஸ்தானியா?' என்பார்கள். எனக்கு கோவம் வந்துவிடும். பாகிஸ்தானியரைவிட நாங்கள் சட்டத்தை மீறும் வேலைகளில் கைதேர்ந்தவர்கள் என்ற சேதி இவர்களுக்கு இன்னும் சென்று சேரவில்லை என்ற கவலைதான்.

தமிழ்ப்புலியா? என்றபோது 'இல்லை புலி சிங்கத்தோடு போரிடுகிறது. நான் ஓடிவந்த தமிழ்ப்பூனை' என்றேன். கஞ்சத்தனமான பல்லுத் தெரியாத சிரிப்பை பதிலாகத் தந்தார்.

நாட்கள் நகர என் கதைகளைக கேட்பதில் வீணான நேரத்தை போக்கிக்கொள்ள ஆரம்பித்தார்.

நானும் கதைவிடுவதில் ஆர்வக்கோளாறில் இருந்தேன்.

ஒரு கட்டத்தில் விடுதிக்கு வரும் நாட்களில் இரவு உணவை முடித்துவிட்டு, ஆண்டுகள் நீண்ட சிறந்த, சிவந்த வைனைச் சுவைத்தபடி நான் வேலை முடித்து வரும்வரை காத்திருப்பார். கண்டதும் கொஞ்சமும் யோசிக்காமல் ''நன்றி chef, கோப்பை உணவு அருமை'' என்பார். ஒரு ஓய்வுபெற்ற புலனாய்வு அதிகாரியின் வாழ்த்து என் கால்களுக்கிடையில் அவசியமற்ற இடைவெளியை ஏற்படுத்திவிடும். பிரெஞ்சுக்காரர் மோசமான உணவானாலும் நன்றி கூறுவதை பின்னர் அறிந்து கொண்டேன். அருமையான வைனை ஓசியில் குடித்து, மூளை மிதக்கும் வேளைகளில் அதிர்ச்சியான கேள்விகளைத் தொடுப்பார். எனக்கும் உளவாளியிடம் அறிவதற்கு பூஞ்சணம் பிடிக்காத கேள்விகள் இருக்கும்.

அப்பபடிப்பட்ட தருணமொன்றில் குடித்த வைன் பச்சைத்தண்ணீர் ஆகும்படி கேள்வியொன்றைக் கேட்டார்.

''ஏன் உங்கள் கொடியை புலி ஆள்கிறது? மனிதர்களைப் புலி எப்படி அடையாளப்படுத்த முடியும்?''

என் மூளை தொட்டாச் சினுங்கிபோல சுருங்கிப் போனது. வைனில் ஊறிப்போன உதடுகளால் சற்று போதைகலந்த மோசமான பதிலைத் தயாரித்தேன்.

''எங்களை ஆக்கிரமிப்பவர்கள் வாளேந்திய சிங்கத்தோடு வருகிறார்கள். அதனால் நாங்கள் ஆயுதமேந்திய புலியோடு எதிர்க்கிறோம்.'' அந்தப்பதில் மோசமானது என்று என்மூளையே தணிக்கை செய்த வெற்றிடத்தில் ஒரு பதில் வந்து நின்றது.

''எங்கள் மொழி பழமையானது. ஆகப்பழமை காட்டின் அடையாளங்களுடன்தானே இருக்கமுடியும்! 1000 ஆண்டுகள் முன்னர் எங்கள் மொழியைச் சேர்ந்த மன்னன் ஒருவன் 53 அரசுகளை வீழ்த்தி தென்கிழக்கு ஆசியா எங்கும் கையகப்படுத்தி வந்தான். அவனது கப்பல் படை வலுவானதாத இருந்தது. வங்காள விரிகுடா அவனது 'குளம்' என்று போர்த்துக்கேயர் பதிவுசெய்து அதிர்ந்திருக்கிறார்கள். அவன் கப்பல்கள் தாங்கிய கொடி 'புலி', அந்தப் பெருமையில் நீண்டகாலம் தூங்கிவிட்டோம். அதனால் தான் 'புலி' யை நினைவு படுத்துகிறோம். புலி அருகிவரும் விலங்குதானே?'' என்றேன்

என் நீண்ட முழக்கத்துக்குப் பிறகு மிக நிதானமாக ஒரு பதில் வந்தது, கேள்வி வடிவில்.

''நீ சோழரை சொல்கிறாயா?''

அதிர்ச்சியில் இருந்து மீளாமல் ''அதேதான்.. அதேதான்'' என்று முனகினேன். டியே லூயி, உலக நாடுகள் பலவற்றில் பறவை போலத் திரிந்து வேலைபார்த்து, 50 வயதில் தான் திருமணம் செய்தார். 50

வருடமாக பல வகைகளில், பல தரங்களில் இருந்த தோழிகள், திருமணம் செய்ய ஒத்துக்கொள்ளாததற்கு அவர் என்ன செய்வார்? பாவம். அவருக்குப் பிறந்த ஒரேயொரு தவப்புதல்வன் டறில் லூயி. அவன் அவர் அனுபவங்களை தோற்கடித்துக் கொண்டிருந்தான்.

அவன் பலமுறை போலீசால் தடுக்கப்பட்டு 'பெற்றோரை அழைத்து அறிவுறுத்தி' விடப்படுவான். பதினெட்டு வயதை வைத்திருந்த ஒரு நாளில் அவன் செய்த செயல் ஊடகங்களில் பேசப்படும் அளவு மதிப்பானது.

போலீஸ் வந்திருக்கிறது, தனது புதிய மோட்டார் சைக்கிளில் பயந்து ஓடுபவன் போல ஓடி இருக்கிறான். போலீசார் 'பீம்போம்.. பீம்போம்' என்று கதறியபடி துரத்தினார்கள். அவன் தன் முழுத் திறமையையும் வெளிக்காட்டினான். Versailles நகரப் போலீஸ் மூன்று மணிநேரம் எட்டு போலீஸ் வாகனங்களையும், ஒரு உலங்கு வானூர்தியையும் பயன்படுத்தியது. இறுதியில் ஆடம்பரமாக கைது செய்தார்கள். உண்மையில் அவனது மோட்டார்சைக்கிளில் பெற்றோல் தீர்ந்துவிட்டது. அந்த இடத்தில் வைத்து தோலைக் கிழித்து பார்க்காமல் மற்றும்படி எல்லாம் பரிசோதித்தார்கள்.

''ஏன் ஓடினாய்?'' என்ற நீதிபதியின் கேள்விக்கு உலகப்போலீஸ் எல்லோரையும் அவமானப்படுத்தும் பதிலை டறில் லூயி சொன்னான்.

''போலீசால் என்னைப் பிடிக்க முடியுமா? என்பதைப் பார்க்கவே ஓடிப்பார்த்தேன்!''

எட்டுக் குற்றச்சாட்டுகளில் நீதிபதி, டறில் லூயியை சிறையை பார்க்க அனுப்பிவிட்டார்.

இந்தச் சம்பவத்தை டீயே லூயி விவரித்தபோது, ''உங்களுக்கு கவலை இல்லையா உங்கள் பெயரையும், அவனது வாழ்க்கையையும் அவன் கெடுப்பது?'' என்றேன்.

''இல்லையே! அவன் தன் வாழ்க்கையை வாழ்கிறான். என் பெயரை என்னைத்தவிர யாராலும் கெடுக்க முடியாது. அவனை போலீசால் பிடிக்க முடியவில்லையே?'' என்றார். சம்பையினில் இருந்து வரும் நுரைபோல் சிரித்தபடி.

++

ஊரில் இறுதி யுத்தத்தில் இலங்கை அரசபடைகள் தமிழர்மீது குண்டுகள் போட்டு விளையாடிக் கொண்டிருந்த ஒருநாள் தமுள் தீக்ர் (தமிழ் புலிகள்) கெட்டிக்காரர் என்றார். நான் சத்து இல்லாத குரலில் ''அவர்கள் தானே தோற்றுக்கொண்டு வருகிறார்கள்'' என்றேன்.

இல்லை, போராட்ட அமைப்பு ஒன்றிடம் விமானம் இருப்பது அதிசயம் என்றார்.

''அப்படியா? அது விளையாட்டு விமானமாக இருக்கும்'' என்று சிரித்தேன்.

சில நாட்கள் கழித்து 26-03-2007 நள்ளிரவு புலிகளின் இரண்டு விமானங்கள் கொழும்பில் இராணுவ இலக்குகளுக்கு குண்டு வீசியதை எனக்கு கியூபா சுருட்டை பற்ற வைத்துக்கொண்டு முதலில் கூறியவர் டியே லூயி தான். அதற்குப்பிறகு எனக்கு இந்த மனுசன் இன்னும் ஓய்வு பெறவில்லையோ? என்ற பீதி இரத்தத்தில் கலந்துவிட்டது.

''உங்களுடைய பூர்வீகம் எது என்றேன்?''

''தன் பூர்வீகம் இதே நிலம்'' என்றார்.

"versailles! என் தலைமுறை எல்லோரும் இங்கேதான், இது 14ம் லூயியால் உருவாக்கப்பட்ட நகரம், 16ம் லூயி 01-02-1793ல் (கழுத்து துண்டிக்கப்பட்டவர்) இருந்த அரண்மனை. இங்கு உள்ள தோட்டத்தில் 210000 பூக்கள் பூக்கின்றன நெப்போலியன் போனபாட் தன் கோடைகாலத்தை இங்கு கழித்திருக்கிறார். 1ம் உலக யுத்தம் முடிந்தது

இங்கேதான். 2ம் உலக யுத்தத்துக்கான வேரும் இங்கேதான்!' என்று 'மோனாலிசா' புன்னகை புரிந்தார்.

'உள்ளூர் பத்திரிகையில் 16ம் லூயிக்கு அரண்மனை முன்றலில் துக்கம் அனுட்டித்ததாக செய்தி வந்ததே? மன்னர் பரம்பரை இப்போதும் இருப்பார்களா?' என்றேன் அப்பாவியாக.

''தெரியவில்லை'' என்ற மிகச்சிறிய பதிலை தந்துவிட்டு. பெரிய புகையை இழுத்துக்கொண்டிருந்தார். பனிமூடிய மௌனத்துக்குப் பிறகு புகையை மூக்காலும், வாயால் அதிர்ச்சியான செய்தியொன்றையும் வெளியிட்டார்.

''இந்தியாவில் திப்புசுல்த்தான் ஆங்கிலேயருக்கெதிராக போராடியபோது, 16ம் லூயி அவருக்கு உதவினார். திப்புவின் தூதுவர்கள் 11 மாதங்கள் கடற்பயணம் செய்து Chateau de Versailles கோட்டையில் மன்னனை சந்தித்தார்கள். (1877) 10000 பிரெஞ்சு வீரர்களையும், பீரங்கி தயாரிக்கும் வல்லு நர்களையும் மன்னர் அனுப்பி வைத்தார். பின்னர் பிரெஞ்சுப் புரட்சியால் மன்னர் படுகொலையோடு எல்லாம் மாறிப்போனது.'' என்றார்.

எனது வாய்க்குள் அப்போது வண்டு ஒன்று அனுமதி இன்றி உள்ளே நுழைந்து வெளியேறிக் கொண்டிருந்தது.

அதிலும் '16ம் லூயி படுகொலை' என்பதை அவர் உரக்கச்சொன்னார். புரட்சியில் மன்னர் கொலையை அவர் வெறுத்தது முகச்சுருக்கத்தில் தெரிந்தது.

+

சென்ற ஆண்டு கிறிஸ்மஸ் விழாவுக்கு திரு டியே லூயி என்னை அழைத்திருந்தார். என்னிடம் இருந்த உச்சபட்ச உடையலங்காரத்தோடு அவர் வீட்டை அடைந்தேன். அது Versailles கோட்டையில் இருந்து

கூப்பிடு தூரத்தில்தான் இருந்தது. என்னை தன் வீட்டுக்கு அழைத்த முதல் ஐரோப்பியர் என்ற பெருமை அவருக்கு கிடைத்தது.

அப்படி ஒரு வீட்டை திரைப்படங்களில் கூட காணவில்லை. வெளியே அழகிய பாட்டி போலவும், உள்ளே இளமை அரும்பிய அணங்கு போலவும் இருந்தது.

அங்கிருந்த சீமான்களும், சீமாட்டிகளும் ஒரு வானவில்லில் கறுப்பு நிறம் சேர்ந்தது போல பார்த்து, விலைகூடிய உதடுகளை செலவளித்தனர். டியே லூயி எல்லோருக்கும் என்னை அறிமுகம் செய்தார். இலங்கைத்தீவின் அரசன் என்பது போல அழகாகப் புழுகினார். என்னிடம் திடீரென்று உற்பத்தியாகிய நடிப்புணர்வை நான் வேட்டையாடினேன். என்னை கறுப்பரசனாக எண்ணிக்கொண்டேன்.

டியே லூயியிடம் ''வோத்ர் மெசோன் மெனிபிக்' (உங்கள் வீடு பேரழகு) என்றேன்.

விநோதமான சிரிப்பைத் தூவிக்கொண்டே விசேட அறைக்கு அழைத்துச்சென்றார். அது இருண்டிருந்தது. அங்கு 'ஒலிம்ப்பே த கூசே' என்ற பெண் போராளியின் ஓவியமும் '16ம் லூயியின்' ஓவியமும், இன்னும் பலரது ஓவியங்களும் சிவந்த வெளிச்சத்தால் தெரிந்தன. எதிர் சுவரில் இறுதி வரிசையில் டியே லூயி. தொடர் புள்ளியாக.., சிறைக்குள் வாழும் 'டறில் லூயி' சிரித்துக் கொண்டிருந்தான்... இளவரசன் தோற்றத்தில்.

போர்க்களத்தானே

நான் நல்ல கறுப்புத்தான். அதில் பெரிய மகிழ்ச்சியில்லை. ஏனென்றால் யசிந்தன் என்னைவிட கடும் கறுப்பாக இருந்தான்.

கம்பனை விட இந்த விசயத்தில் நான் அனுபவசாலி. 15 நாடுகள் கடந்தும் அவன் நிறத்தில் யாரையும் பார்த்ததில்லை.

அன்றைய எங்கள் வகுப்பு கிளியோபட்ரா யாழினியும் அவனை வைத்திருக்க ஆசைப்பட்டதை அறிய நான் 30 ஆண்டுகள் காத்திருந்து அவளைத் திருமணம் செய்யவேண்டி இருந்தது.

30 ஆண்டுகளுக்கு முன்னர் யாழினியோடு என்னைக் 'கதைக்கவேண்டாம்' என்பதற்கு அவன் சொன்ன காரணம் இன்னும் எனக்குப் புரிபடவில்லை. தனது பெயர் 'ய' இலும் அவளது பெயர் 'யா' இலும் தொடங்குவதுதான் காரணம் என்றான்.

பாலுக்கு அவமானத்தை அளிக்கும் பற்களையும், பென்சில் சீவும்போது 'பிளேற்' வெட்டியதும் வருமே இரத்தம் அந்த நிறத்தை வைத்திருக்கும் அபூர்வமான உதடுகளை கடித்துக்கொண்டே 'அவள் எனக்கு!' என்று அவன் சொன்னபோது, தோல்வியும் பொறாமையும் எனக்குள் வில்லுப்பாட்டு நடத்தியது உண்மை.

ஓய்வு பெற்ற ஒற்றன்

'பாலர் பாடசாலை' என்ற பெயரை நெற்றியில் மாட்டிய கட்டடத்துக்குள் வெறும் தேவாரமும், வாய்ப் பாடும் பாடமாக்க வேண்டுமென்று தன் வாழ்வை பயன்படுத்தும் 'மணோன்மணி' ரீச்சர் கிளிசூரியாத் தடியால் கொலைப் பயங்காட்டி அனுப்பும் மதிய வேளைகளில், சூரியன் எங்களுக்கு சூனியம் வைத்துக் கொண்டிருக்கும். கத்திக்கொண்டு ஓடும் நந்தியாவட்டைப் பூக்கள் போல கொண்டல் மரத்தடியில் இருக்கும் குழாய்க்கிணற்றின் கீழ் மொய்த்துவிடுவோம். பாடசாலையை விட்டு ஓடுவதில் எனக்குள்ள பேரானந்தத்தாலும், அந்த சிறிய கால்களுக்கிடையில் என் கால்கள் சற்று நீண்டிருந்த காரணத்தாலும் குழாய்த்தடியை முதற்கரம் பற்றி வானுக்கும் பூமிக்கும் இடையே நீர் கடைபவன் நான்தான்.

எல்லோரும் தண்ணீர் சாமத்தியப்பட்டு விட்டதைப்போல கரங்களால் மறைத்துக் குடித்துக் கொண்டிருப்பார்கள். யசிந்தன், ஒட்டுமொத்த மூளையையும் பயன்படுத்தி யாழினி தண்ணீர் குடிக்கும் முறைக்காகக் காத்திருப்பான். அவள் வரும்போது மட்டும் புது வீடுகளில் கண்ணுறுக்கு கட்டும் உருவத்தின் கண்களை உருவாக்கி என்னைப் பயமுறுத்தி விட்டு, தான் மட்டும் குழாய்த்தடியில் வவ்வால் போல் தொங்குவான். யாழினிக்காக தண்ணீர் கடையும் வாய்ப்பு எனக்கு கடைசிவரை கிட்டவில்லை.

நான் பெரிய பள்ளிக்கூடம் போய், ஆகச் சிறிய வகுப்பில் சேர்ந்து யாழினியை அங்கு கண்டு, அடங்காத மகிழ்ச்சியில் இருந்தபோது, பால் தேநீர் நிறத்தில் கறுத்த மீசை வைத்த தகப்பனின் சைக்கிளில் பின் இருக்கையில் இருந்து இறங்கி ஓடி வந்து, என் கையை ஆசையாய்ப் பிடித்து மகிழ்ந்தான். அப்போது என் முகம் கரு மேகமாய் மாறிய காரணத்தை அவனும் 'யாழினியை' கண்டதும் புரிந்து கொண்டிருப்பான்.

பெரிய பள்ளிக்கூடத்தில் எங்களுக்கு நிறைய மாற்றங்கள் ஏற்பட ஆரம்பித்தது. யசிந்தன் நாங்கள் வியக்கும்படி கதைகள் சொல்வான். அதிலும், தானும் தகப்பனும் எரியும் விறகுக்கட்டைகளால் பேய்களையும், முனிகளையும் அடித்து விரட்டியதாக அதிரடி காட்டுவான்.

முருகன் மயிலேறிப் போனபோது, மயிலிறகொன்றை தனக்குத் தந்ததாக ஒரு மயிலிறகை எங்களிடம் காட்டிய போது நான் முழுமையாக யசிந்தனின் அடிமையாகிப் போனேன்.

'யாழினியை நான் பார்த்தால் இவன் முருகனிடம் சொல்லி விடுவான்' என்ற பயத்தால் பெண்கள் பக்கம் பார்ப்பதையே பயபக்தியோடு தவிர்த்துவிட்டேன்.

எங்கள் கால்கள் காயங்களோடும் புழுதிகளோடும் வளர ஆரம்பித்தபோது, யசிந்தன் என்னோடு நெருக்கம் காட்ட ஆரம்பித்தான். 'தனக்கு எதிரியாக இருக்கும் தகுதி எனக்கில்லை' என்று உறுதியான முடிவை எடுத்திருப்பான் என்றே நினைக்கிறேன்.

ஒருமுறை தன் வீட்டுக்கு 'நான் வரவேண்டும்' என்று அடம்பிடித்தான். தனக்கு வீட்டில் உள்ள செல்வாக்கை காட்டுவதற்காகத்தான் என்பதை நான் பின்னர் தெரிந்து கொண்டேன். தனக்கு மூன்றாவது தங்கச்சியை கடவுள் கொடுத்திருக்கிறார் (அதே முருகன்தான்) என்றபோது எனக்கும் ஆர்வம் அதிகமாகியது.

எனது மாமாவின் அனுமதியோடு யசிந்தன் வீட்டை அடைந்தேன். அவன் சொன்ன கதைகளை உறுதிப்படுத்துவது போல்தான் வீடு இருந்தது. அவர்கள் காணிக்குள் குளம் இருக்கிறதா? குளத்தால் ஆன காணி இருக்கிறதா? என்று வியக்கும்படி சிறு குளம் இருந்தது. கண்ணுக்கு எட்டுமட்டும் தென்னை மரங்கள் இருந்தன. தங்கச்சியைக் காட்டாமல் தங்கள் மாடுகள், ஆடுகள், கோழிகள் மட்டுமில்லாமல்

இரண்டு மயில்கள் வரை இருந்தது. எனக்கு என்னவோ செய்தது.

நான் விழுந்து விடுவேன் என்று தங்கள் உயர்ந்த வரம்புகளால் எல்லை காணமுடியாத காணியின் அரைவாசியோடு வீட்டுக்குள் அழைத்துச்சென்றான். வீட்டுக்குள் இன்னும் அதிர்ச்சி காத்திருந்தது.

அவனுக்கு ஒரு அக்காவும் மூன்று தங்கைகளும் இருந்தனர். கடைசித் தங்கச்சி சிகப்பும் வெள்ளையும் கலந்த ரோஜாப்பூ போலவே இருந்தாள். அக்காவும், தங்கச்சிகளும் பூக்கள் போலவே இருந்தனர். மூச்சு விடுவதை விட்டு விட்டு 'அண்ணா', 'தம்பி' என்று அழைத்துக் கொண்டிருந்தனர். எனக்குள் வெஃகாமை முயல் வேகத்தில் ஓடித்திரிந்தது.

அப்போதுதான் அவனுடைய தாயார் வந்தார். என் கன்னத்தைக் கிள்ளி தலையைத் தடவி பச்சை இளநீர் தந்தார். அவரும் வெள்ளையாகவே இருந்தார். நான் வயிறு வீங்குமட்டும் இளநீர் குடித்துவிட்டு வெளியேறினேன். அவன் சகோதரப் பூக்கள் கையசைத்தன. எனக்கு அப்போதிருந்த ஆச்சரியங்களைத் தாங்க முடியவில்லை. படலை வரை வந்த யசிந்தனிடம்..

"எல்லாரும் வெள்ளை, நீ மட்டும் ஏன் கறுப்பு" என்றேன். சலனமேதுமற்று அவன் சொன்னான்:

"நான் சிவபெருமானடா... அதுதான் கறுப்பு" என்மூளை அன்று ஏதோ திடீரென்று வேலை செய்தது.

"உன் அப்பாதானே சிவபெருமானாக இருக்கணும்?" என்றேன்.

அவன் இயல்பாகச் சொன்னான்: "நான் புதுச் சிவபெருமான். நான்தான் தொடக்கம்!"

என் மூளை சிந்திக்கும் தகுதியை இழந்துவிட்டிருந்தது.

வீட்டுக்கு வந்ததும் யசிந்தனுடைய வீடு, காணி, விலங்குகள் பற்றிச் சொன்னேன்.

"ஏன் சித்தி எங்களுக்கு அப்படி வீடு, காணி இல்லை?" என்றேன். எனக்கு கதைகளைக் கூறும் சித்தி ஆழ்ந்த மூச்சு எடுத்து நாங்களும் பெரிய வீடு பெரும் சொத்து என்று கொழும்பில் இருந்தம் தம்பி. நீ பிறக்க முதல் சிங்கள நாட்டுக்காரர் எல்லாவற்றையும் எரித்து அழித்துப் போட்டினம். பிறகுதான் இங்கு வந்திருக்கிறோம். என்று சொன்னார்.

"யார் சித்தி சிங்கள நாட்டுக்காரர்?"

"நீ வளர்ந்து பெரியாளாகும்போது தெரியும்' என்று வழமைக்கு மாறான முகத்துடன் இருந்தார்.

"சித்தி.. அவனுக்கு கடவுள் முருகன் சின்னத்தங்கச்சி கொடுத்திருக்கிறார். எனக்கு ஒன்றும் இல்லை" என்றேன்.

சித்தியின் நீண்ட கழுத்துக்கால் உமிழ்நீர் இறங்கும் நேரம் கடந்து சொன்னார்: "1983ல் கொழும்பில இருந்து உன் அப்பாவையும், அம்மாவையும் முருகன் கூட்டிக்கொண்டு போயிட்டார். உனக்கு தங்கச்சி கிடைக்காது" என்று அழ ஆரம்பித்தார். தங்கச்சி கிடைக்காது என்பதற்காக நானும் அழுதேன்.

++++

நான் யசிந்தனையும் யாழினியையும் விட்டு இடம்பெயர வேண்டி வந்தது. நான் பல இடங்களும், பள்ளிக்கூடங்களும் மாறிக் கொண்டு இருந்தேன். அவர்கள் நினைவுகள் என்னோடு வளர்ந்துகொண்டே வந்தது.

கல்வியில் உயர்தரம் கற்றபோது கதிரவேலு வாத்தியார் "மையோ..! மரகதமோ..! மறிகடலோ..! ஐயோஇவன் வடிவு..." என்ற கம்பராமாயணப் பாடலைச் சொன்ன போதெல்லாம் அதை நிச்சயம்

'யசிந்தன் நிறம்' என்று நினைப்பேன். சிவபெருமானுக்கு நான் இராம பட்டம் வழங்கினேன். பல்கலைக்கழகம் தெரிவானதும் யசிந்தனைத் தேடிப்போனேன். அப்போது யுத்த நிறுத்தகாலம். என்னை இனங்கண்டு தாயார் ஓடோடி வந்தார். அந்த பேரன்புக் கரங்களால் கன்னம் தடவினார். அது அன்புமணக்கும் கரமாகவே இருந்தது.

யசிந்தனின் தங்கச்சிகள் 'அண்ணா' என்று ஓடி வந்தார்கள். பேரழகிகளாவதற்கு முடிவெடுத்துவிட்டது தெரிந்தது. அழகிகள் வாசம் வீசிக்கொண்டிருந்தது.

"யசிந்தன் எங்கே?" என்றேன். தாயார் சொன்னார்-

"தம்பி அவன் O/L எடுக்கமுதல் இயக்கத்துக்குப் போயிட்டான். காடு கரம்பேக்கதான் அவனைக் காணலாம். இராணுவப் பிரிவொண்டில இருக்கிறானாம்"

தாயின் உதடுகளில் 'மோனாலிசா' வந்து போனதை அவதானித்தேன்.

அதிர்ச்சிகலந்த மூச்சை செலவழித்துவிட்டு மூளை உதவி வழங்காத நேரத்தில்: "எல்லாம் பொம்பிளைச் சகோதரம் நீங்கள் யசிந்தனை வெளிநாடு அனுப்பலாம்தானே?" என்றேன்.

அந்தத்தாய்: 'அவன் வெளில போனா இந்தக்காணி, பூமியை யார் பார்ப்பது தம்பி?' என்றார்.

அந்தப்பதில் என் ஆன்மாவை அறைந்துவிட்டது. அவமானம் உள்ளுக்குள் கடைதிறந்து கொண்டிருந்தது. அந்த முதல்சிவனை நான் பார்க்க முடியவில்லை.

++++

பின்னர் பல்கலைக்கழகத்தில் யாழினியை சந்தித்தேன். யுத்தம்

மானுடத்தை கொன்று தின்று கொண்டு வந்தது. அது என்னை துப்பிவிட்டது. 8000 km ஓடி வந்துவிட்டேன்.

அதிஸ்ரவசமாக யாழினி என்னைத் திருமணம் செய்ய ஒப்புக்கொண்டாள். கடும் காத்திருப்பில் யாழினி பிரான்ஸ் வந்து சேர்ந்துவிட்டாள். அப்போதுதான் யசிந்தனைப் பற்றிக் கேட்டேன்.

அவள் குழாய்க்கிணற்றில் இருந்து வரும் தண்ணீர் போல கண்ணீர் வந்தபின்னர்: ''அவன், தளபதி தீபன் அவர்கள் படையணியில் ஒரு பகுதிக்கு பொறுப்பாக தடுப்புப்போர் செய்தவனாம். ஒரு கட்டத்தில் அவங்கட வீட்டுக்காணிதான் போராளிகளின் எல்லையாய் இருந்ததாம். அவன் தன்ர வீட்டுக்காணிக்குள்ளே நாட்டுக்காக எல்லை காத்துக்கொண்டு இருந்தானாம். அந்த எல்லைக்குப் பொறுப்பானவனாக இருந்ததால் ஒரு மம்மல் வேளையில் காணியின் வேலியை அண்டி இருந்த பாதுகாப்பு அரணைப் பார்வையிட்டுக்கொண்டு சென்றபோது, காடுகளுக்கால் வந்து குளத்தின் மறுகரையில் ஒளிந்திருந்த சிங்கள ஆமி சினைப்பர் பண்ணினதில தன் காணிக்குள்ளேயே வீழ்ந்திட்டானாம்'' என்றாள்.

எனக்கு இரண்டாயிரம் ஆண்டுகளுக்குமுன் தமிழ் நிலத்தில் நடந்த சம்பவம்தான் நினைவை நிறைக்கச்செய்தது.

ஒரு தாய் அவள் வீட்டில் தனியே நிற்கிறாள். அவள் வீட்டின் தூணைப் பிடித்துக்கொண்டு ஒருவன் 'உன் மகன் எங்கே? ஆளைக் காணக்கிடைக்க வில்லையே?' என்கிறான். அதற்கு அந்தத்தாய் ''என் மகன் எங்கே என்று தெரியாது. ஆனால் அவன் இருந்த வயிறு, புலி இருந்த கற்குகைபோல இங்கே இருக்கிறது! அத்தகைய புலியை (மகனை) நீ போர்க்களத்தில்தான் காணமுடியும்!'' என்றாள்.

‘சிற்றில் நற்றூண் பற்றி, நின் மகன்

யாண்டு உளனோ என வினவுதி, என் மகன்

யாண்டு உளன் ஆயினும் அறியேன், ஓரும்

புலி சேர்ந்து போகிய கல் அளை போல

ஈன்ற வயிறோ இதுவே

தோன்றுவன் மாதோ போர்க் களத்தானே.’

-காவற் பெண்டிர்- என்னுள்ளும், யாழினியுள்ளும் இந்தப்பாடலுக்குள்ளும் யசிந்தன் வாழ்வான் அவன் தொடக்கம்

புதுச்சிவன்!

சர்வதேச உறவு

பிரீத்தியின் பெயரில் தீ இருப்பது போல அவள் இளமை செழித்திருந்த நாட்களில் தீ பிடித்திருக்கிறது. கால் நூற்றாண்டை நெருங்கிவிட்ட அவளின் உடலெங்கும் நெருப்பு பூத்திருப்பது போல் இருந்தது. என்ன முடிவெடுப்பது என்பது அவளுக்கு தெரியவில்லை. இரு வீட்டாரும் குணராசா மாமா தலைமையில் இன்று மாலை தீர்ப்பாயத்தில் தன் வீட்டில் ஒன்று கூடும்போது அவள் ஹரிசாந்தோடு வாழுகிறேன். அல்லது இல்லை. இந்த இரண்டு முடிவில் ஒன்றை அவள் சொல்லியே ஆகவேண்டும்.

அவள் வாழ்க்கை இன்று மாலை தான் தீர்மானமாகப் போகிறது. நாசமாய்ப்போன தமிழ்ப் பெடியனைக் காதலித்து பிரீத்தி பட்ட வேதனைகள் ஆறோ ஏழோ யென்மம், நரகத்தில் படும் வேதனையை ஒத்திருந்தது. இத்தனையும் நடந்த பிறகும் அந்த லூசன் ஹரிசாந் 'பிரீத்தி இல்லாவிட்டால் செத்திடுவன்.' என்று ஏதோ இலங்கையில் பிறந்து வளர்ந்தவன் போல் எல்லோரிடமும் சொல்லித்திரிந்து அளிச்சாட்டியம் பண்ணுகிறான்.

உந்த விசரனோட நான் எப்படி என்ர வாழ் நாளெல்லாம் வாழமுடியும்? எங்க வேலைக்குப் போனாலும் ஆறுமணிக்கு வந்திடவேண்டும். இரவில் எங்கும் செல்லக்கூடாதாம்! மலாத்! (நோய்)

ஓ..ல..லா...விசரன்...விசரன்! இவன் பிரான்சில் பிறந்தவன் போலயா இருக்கிறான்? ஆளும் அவற்ற கண்டிசன்களும். மடையன். என்ர சம்பளத்தில பாதி சம்பாதிச்சுக்கொண்டு அவர்ர கதையள்.. என்று பிரெஞ்சில் கோபக் கனல்களை கக்கிக்கொண்டிருந்தது அவளது பலங்கொண்ட மூளை.

பிரீத்தி தனது பல்கலைக்கழக ஐந்தாண்டு படிப்பில் மூன்று ஆண்டுகளைப் பரிசிலும் மீதி இரண்டு ஆண்டுகளை ஐரோப்பிய, அமெரிக்கக் கண்டங்களில் உள்ள முக்கியமான பல்கலைக்கழகங்களில் படித்தாள். படித்த படிப்பின் பெயர் 'சர்வதேச உறவு'. அதன் பெயருக்கேற்றபடி பிரெஞ்சு, ஆங்கிலம், ஸ்பானிஸ் மொழிகள் எல்லாம் அத்துப்படி. தமிழை விளங்கிக் கொள்ளவும், தாய், தந்தையோடு பேசவும் தெரிந்திருந்தது. எழுத வராது. சர்வதேச உறவில் 'தமிழ்' இல்லாததால் பிரீத்திக்கு அது ஒரு சங்கடமான விசயம் இல்லை. பல மொழிகளை பேசும் நண்பர்களுடன் அவள் மாறி, மாறி, அலைபேசும் போது அவளது அப்பா நவரத்தினராசாவிற்கும், அம்மா சிவபதம்மாளுக்கும் பெரிய புளுகு தொற்றிக் கொள்ளும். அவர்களுக்கு தமிழைத் தவிர எந்த மொழியும் தெரியாது. முப்பது வருசமாய் பாரிசில் வசித்தாலும் அவர்கள் பிரெஞ்சு மொழியைக் கிஞ்சித்தும் மதிக்கவில்லை. ஆனால் பிரெஞ்சு தெரியும் என்பது போல் பாவனையாலும், புன்னகையாலும் கண்டபடி தலையாட்டியும் சமாளித்துக் கொள்வார்கள்.

பிரீத்தியின் அப்பா கடந்த முப்பத்திரெண்டு வருடங்களாக ஓர் பிரெஞ்சுக் குசினியறையில் வேலை செய்கிறார். அவரின் உழைப்பை மதிக்கும் பொருட்டு அவரின் முதலாளி பிரோன்சுவா தமிழை அவருடன் உரையாடுமளவு கற்றுவிட்டார். அதனால் நவரத்தினராசாவுக்கு வசிதியாகப் போய்விட்டது. தாய் சிவப்பதம்மாள் இருபது வருடமாக அதிகாலையில் ஐந்து மணி நேரம்

ஒரு தங்குமிட விடுதியில் துப்பரவுப் பணியை ஆற்றுகிறார்.

பிரீத்தி என்ன படிக்கிறாள், என்பதைப்பற்றி அவர்கள் ஆர்வப்படவில்லை. ஆனால் அவள் பெரிய படிப்புப் படிக்கிறாள் என்பது மட்டும் அவர்களுக்குத் தெரியும்.

அவள் வேறு நாடுகளுக்குத் தனியே சென்று படித்து வரும்போது அவர்கள் அலைபேசிகள் பெருமைகளைக் கடத்தி நிறைந்து கிடந்தன. பல்கலைக்கழகம் படித்து அவள் கையில் பட்டம் வந்து சேரமுதல் அவளுக்கு ஐரோப்பிய பெரு நிறுவனம் ஒன்றில் வேலை கிடைத்தது. கிடைத்த வேலை ஒன்றும் சாதாரணமானதில்லை. ஒரு பெரு நிறுவனம் நிறையக் குட்டி நிறுவனங்களை வேறு வேறு பெயர்களில் ஐரோப்பா எங்கும் வைத்திருக்கிறது. அந்தக் குட்டி நிறுவனங்கள் ஒவ்வொன்றுக்குமிடையே நல்லுறவைச் சமநிலையில் பேணும் அதிகாரிகளில் ஒருத்தி.

இந்தச் சின்ன வயதில் நிறைந்த சம்பளத்தைத் தரும் அந்தஸ்துள்ள வேலையை திறமையற்ற ஒருத்திக்கு வழங்குவதற்கு அந்த நிறுவனம் ஒன்றும் மக்கு நிறுவனமல்ல. பிரீத்தி நாகரீக உடையில் நடந்து போனால் அவளை எந்தக் கொம்பனும் களவாகவேனும் திரும்பிப் பார்ப்பான். நடையின் வேகமும், முகத்தில் தெரியும் வசந்த காலமும், பேசும்போதே குழி விழுந்த சிரிப்பும், அதிகாரங்களை குழைத்து எறியும் அன்புப்பீரங்கி போன்ற மொழியும் அவளைப் பெரியவரிலிருந்து சிறு குழந்தைகள் வரை பார்த்துக்கொண்டே இருக்க ஆசைப்படுவர்.

அவளின் அசைவுகளில் ஐரோப்பிய நகரங்கள் சேர்ந்து செயற்பட்டன. 16ம் லூயி மன்னனை 1793ல் புரட்சிப்படை கழுத்தை வெட்டிக் கொள்வதற்கு முதல் இந்தியாவில் பாண்டிச்சேரியில் இருந்து 17 மாதங்கள் பயணம் செய்து திப்புசுல்தானின் தூதுக்குழு வெர்சாய் (பிரான்ஸ்) வந்து மன்னனை சந்தித்தார்களாம். அத் தூதுக்குழு மூலம்

பிரெஞ்சு அரசனின் உதவி திப்புசுல்தானிற்குக் கிடைத்ததாம். அத் தூதுக்குழு. மொழிபெயர்ப்பாளர்கள், தமக்கான சமையலாளர்களென ஒரு பட்டாளமே வந்தனராம். அப்படி வந்தவர்கள் சிலர் பிரான்சிலேயே தங்கிவிட்டனராம் அப்படி தங்கிவிட்ட தலைமுறையின் 200 ஆண்டுகளின் தொடர்ச்சிபோல் இருப்பாள் பிரீத்தீ. தெரியாதவர்கள் அவளை இலங்கை, இந்தியப் பெண்ணென்று கிஞ்சித்தும் எண்ணமாட்டார்கள்.

இப்படிப்பட்டவள் ஒரு திமிழ்ப் பெடியனைக் காதலிக்கப்போய் வந்த இளவுகள் சொல்லி மாளாதவை. கடந்த ஆறு மாதமாக ஏழரைச்சனிபோல் அவளை ஆட்டிவைக்கிறது. பிரீத்தியின் மச்சாளுக்கு திருமணம் நடந்தது. அந்தத் திருமண வீட்டில் எடுப்பாக இருந்த பெடியன் ஹரிசாந்த் முருங்கைக்காய் போல் நீண்டும், திரள வேண்டிய இடத்தில் கைகால்கள் திரண்டும் அடிமட்டம் வைத்து வரைந்த தாடியோடும், அவன் நடந்து திரிந்தபோது பிரீத்தி பார்த்துவிட்டாள். அவளாகத்தான் அவனிடம் சென்று, ‘சலூ! (வணக்கம்) உன் உடல் சரியான அழகோடு உள்ளது‘ என்றுவிட்டு அவள் போய் விட்டாள். அப்படியே காருக்குள் சென்று தன்னைப் பார்த்து பெருமை கொண்டு, வெக்கங்களை இறக்கி வைத்துவிட்டு அவளைத் தேட ஆரம்பித்தான். அவள் கிடைக்கவில்லை. பின்பு மாலை எல்லோரும் மொய் வைத்துப் புகைப்படம் எடுப்பதற்கு நிவாரணக்கடையில் நிற்பது போல் வரிசையில் நிற்கும் கலாச்சார விழுமியத்தின் உச்சத்தில் இருந்தபோது, பிரீத்தி மட்டும் ஓரமாக அமர்ந்திருந்தாள். அவளிடம் நெருங்கியபோது அவளே, ‘நான் பிரீத்தி, என் இலக்கத்தைக் குறித்துக்கொள். பிறகு எனக்கு அழை‘ என்றாள்.

அவனால் தன் உணர்வுகளை, அங்கங்களைக் கட்டுப்பாட்டில் வைத்திருக்க முடியவில்லை. தமிழ்ப் பெண் இவ்வளவு இயல்பாக, இருப்பாள் என்பதை அவனால் நினைத்துப் பார்க்கவே முடியவில்லை.

அவனும் பாரிசில் பிறந்த தன் போன்ற பல தமிழ்ப் பிள்ளைகள் இத்தனை இயல்பாக இருப்பவர்களைப் பார்க்கவில்லை. அவர்களிடம் ஒரு தயக்கம் எப்போதும் இருக்கும். நான் கட்டினால் இவளைத்தான் கட்டுவேன் என்று அந்த நிமிடமே முடிவெடுத்துவிட்டான். மறுநாளே அவர்கள் ஒரு பிரபல்யமான உணவு விடுதியில் சந்தித்தார்கள். ஏழு ஸ்வரங்களில் முதலாவதிலிருந்து ஏழாவது ஸ்வரத்தைப் பாடுவது போல் அவர்கள் காதல் முன்னேறியது. எல்லாவற்றையும் வஞ்சகமில்லாமல் பரிமாறிக்கொண்டார்கள். அதில் முக்கியமானது கடந்த கால 'எக்ஸ்' காதல்கள் பற்றியது.

மனம் திறந்து காந்தியின் சத்திய சோதனைபோல் ஒழிவற்று 'எக்ஸ்' கதைகளைப் பரிமாறினர். ஹரிசாந் இதில் வறுமையானவன். பிரான்சில் வைன் தயாரிப்பில் உலக இடம் பிடித்த போர்தோ நகரைச் சேர்ந்த பிரெஞ்சுப் பெண்ணுடன் இரண்டு வருட இணைப்பு அவனுக்கு இருந்தது. உதட்டோடு அவள் தன் உடலை நிறுத்திக்கொண்டாள். ஹரிசாந்த் பலமுறை அழைத்தும் விரால் மீன்போல நழுவி விடுவாள். ஒருநாள் 'நீ பணத்துக்காகவா என்னுடன் இருக்கிறாய்? என்று அவன் கேட்டதிலிருந்து அவள் உறவு போயிற்று. இப்போது தமிழ்ப் பெண் கிடைத்தது ஹரிசாந்திற்கு கடற்கரை மணலில் இரத்தினக்கல் கிடைத்தது போலானது.

இருவரும் கடந்த காலங்களின் வெளிப்படையில் இருந்து தங்கள் நம்பிக்கைகளை உறுதிப்படுத்த பாரசில் உள்ள விலை உயர்ந்த விடுதியில் வாழ்ந்து பார்க்க முடிவெடுத்தனர். அந்த இரவை இருவரும் 'கண்டுபிடிக்கப்படாத தீவை கண்டுபிடிக்கும் ஆர்வத்தை' முடித்துக் கொண்டிருந்தபோது பிரீத்தி தூக்கத்தை நெருங்கியிருந்தாள். ஹரிசாந்த் வெற்றிக்களிப்பில் இருந்தான்.

அப்போது பிரீத்தியின் கைபேசியில் ஓர் செய்தி வந்திருந்தது. அவளது நிறுவனத்தின் அதிகாரி "ஐந்து நாட்களுக்கு கோஸ்தாரிக்காவில் நடைபெறும் நிறுவன அதிகாரிகள் கூட்டத்தில் பங்கெடுக்கிறாயா?" என்று அந்தச் செய்தி இருந்தது. உடனே ஹரிசாந்த் அந்தக் கைபேசியை எடுத்து பதில் எழுதினான். தனிப்பட்ட காரணத்தால் என்னால் பங்கு பெற முடியாது. தூக்கத்தில் இருந்து அருண்ட பிரீத்தி தன் அத்தியாவசிய ஆடைகளை அணிந்துகொண்டு கைப்பேசியைத் தேடினாள். அது ஹரிசாந்தின் பக்கத்தில் கிடந்தது.

அவசரமாகத் தன் செய்திப் பெட்டியை ஆராய்ந்தாள். தன் நிறுவன அதிகாரியிடமிருந்து வந்த செய்திக்கு ஹரிசாந்த் பதில் போட்டிருப்பது தெரிந்தது. அவளின் கண்கள் சிவந்தன.

"ஏ... ஹரிசாந்த்..." என்று கத்தினாள்.

திடீரென விழித்தவன் பாண்டிய மன்னன் முன் உள்ளாடையுடன் நின்ற கண்ணகியைக் கண்டான்.

"டேய்... தமிழ் பண்டி உன்ர வேலையை காட்டிற்றாய் எனக்கு வந்த செய்திக்கு நீ எப்படி பதில் போடலாம்?'

"பிரீத்தி! நீ என்னோடு இருப்பதென்றால் இனி இரவு தங்கும் இடங்களுக்கு செல்ல முடியாது. வீட்டைத் தவிர எங்கும் தங்க முடியாது."

"அதை நீ எப்படி எனக்கு சொல்லலாம்? என்னை வளர்த்த அம்மா, அப்பாவே எனக்கு வைக்காத சட்டத்தை எனக்கு சொல்ல நீ யார்?"

"நான் உன் காதலன்! இன்றிலிருந்து கணவன்!"

"இத்தோடு நிறுத்து! நீ ஒரு சரியான.. மிகச்சரியான தமிழ் பண்டி!"

"நீ அப்படிச் சொன்னால் எனக்கு கோபம் வரும்."

"கோவம் வந்தா என்னடா செய்வாய்?"

அவனது நெஞ்சை தள்ளினாள். ஒரு வெறிகொண்ட முளாவின் தாக்குதலால் அன்று இரவை இந்திரலோகத்தில் கழித்தவர் அதே இடத்தில் மல்லாக்காய் விழுந்து கிடந்தார். அவள் தன் உடைகளை உறுதிப்படுத்தி தன் பையை எடுத்துக்கொண்டு கிளம்பினாள்.

அவள் பின்னால் சென்ற ஹரிசாந்த் 'கோவப்படாத நாம் பேசுவோம்' என்றவாறு அவளுக்கு பின் சென்றான்.

"நீ எனக்கு பின்னால் வராத' என்று அவள் கத்தியபடி வெளியேறிய போது அந்த விடியும் வேளையில் தூக்கக்கலக்கத்தில் இருந்த விடுதி வரவேற்பாளன் அந்த அழகிய நாளை தனக்குப் புரியாத மொழியின் கூக்குரலோடு முழு விழிப்படைந்தான். அவர்கள் விடுதியின் வாசலில் பிரஸ்தாபப்பட்டபடி இருந்தபோது பிரீத்தியின் தாயார் அந்த விடுதியை சுத்தம் செய்யும் பணிக்கு வந்து அதன் வாசலை அடைந்தார். அந்த அதிகாலையில் ஒரு தாய்க்கு அரிதாகக் கிடைக்கும் காட்சி அங்கு காத்திருந்தது.

தன் மகள் ஒரு இளைஞனுடன் பிரஸ்தாபப்பட்டு கொண்டிருப்பதைப் பார்த்துப் பதறிப் போனாள். தனது தாயார் சுத்தம் செய்யும் விடுதியில் தான் ஒருவனுடன் இரவைக் கழித்துவிட்ட ஏக்கத்தில், அது ஒரு தமிழ் பண்டி என்ற வெறுப்பிலும் மிரட்சியுடன் மூவரும் நின்றனர்.

தாயார் மகளின் கையைப் பிடித்தவாறு "என்ன பிள்ள இங்க நிக்கிறாய்' என்றதும் முதல் முறையாக தாயின் தோளில் சாய்ந்து பிரீத்தீ அழுதாள். பின்பு அங்கு நடந்ததெல்லாம் அந்த விடுதி எக்காலத்திலும் பார்க்காத காட்சி. ஒரு சிறிய மரணச்சடங்கு நடந்ததுபோல அந்த இடம் மாறிற்று.

''பிள்ளை இதை உன்ர அப்பா அறிந்தால் உடைந்துபோவார். உனக்கு நாங்கள் என்ன குறை வைத்தம்?'' என்று கண்களை துடைத்தவாறு இருந்தாள்.

அன்றைய வேலையை நிறுத்திவிட்டு மகளை அழைத்தவாறு வீடேகினாள்.

'ஒரு தமிழ் பெடியனைத் தானே என்ர பிள்ள காதலிக்குது' என்ற சமாதானத்தை தனக்குத்தானே உள்ளுக்குள் சொல்லிக் கொடண்டாள்.

இரு வீட்டாருக்கும் செய்தி சென்று சேர்ந்தது. இரு வீட்டாரும் முதலில் பதட்டமடைந்தனர்.

''அவை யார் ஆக்களோ தெரியாது!'' என்பதற்காக. பிரீத்தியின் கணிப்பின் உச்சம் அங்கு வெளிப்பட்டது. பன்றிகள் குடும்பத்தை விட, மோசமான நிலமை அங்கு உச்சம்பெற்று பின்பு ஓய்ந்தது.

ஹரிசாந்த் தன் பெற்றோரிடம் பெண் கேட்டுச் செல்லுமாறு அரியண்டப்படுத்தினான். திருமணமாகி இருந்த தன் தமக்கையிடம் சென்று ''அவள் இல்லாவிட்டால் நான் செத்துடுவேன்!' என்றான்.

அருவருப்பாக அவனை பார்த்துவிட்டு ''போடா நான் அம்மா, அப்பாவிடம் பேசுகிறேன்'' என்றாள்.

பிரீத்தியின் அம்மா நாசூக்காக தன் கணவரிடம் காதல் பற்றி பேசினார். ஆனால் பிரீத்தி ''அவன் வேண்டாம்!'' என்றாள். ஹரிசாந்த் முகப்புத்தகம், இன்ஸ்ராக்கிறாம் என்று பல வழிகளில் அவளிடம் தொடர்பு கொண்டாலும் அவள் பூச்சிக்கு கொடுக்கும் மரியாதையைக் கூட கொடுக்கவில்லை. அதன்பிறகு அவளின் வீட்டுக்கரையோரம் காறில் மம்மல் பொழுதில் வந்து இரவிரவாக காதல்பாடல்களை போட்டுவிட்டு பன்றிக்காவலுக்கு இருப்பவன்போல பிரீத்திக்காவலில் ஈடுபட்டு, செய்தியை பரவலாக்கினான். அவனிடம் பிரீத்தி பத்தினித்

தெய்வம்போல் குடிகொண்டுவிட்டாள். அதற்காக தனக்கு மட்டும்தான் தெய்வம் என்றால் எந்தத்தெய்வம் ஏற்றுக்கொள்ளும்?

அதிலும் சர்வதேச உறவில் அருள் பாலித்து அனுபவம் பெற்ற தெய்வங்களால் தேசியச் சட்டங்களை கிஞ்சித்தும் மதிக்கமுடியாது என்பது தமிழ் பண்டிக்கு தெரியாமல் போனதே வியப்பு.

ஹரிசாந்தின் மோசமான நிலைக்கு ஒரு முடிவுகட்டி இருவரையும் பேசிப்பிரித்து விடுவதென இரு வீட்டுப் பெரியவர்களும் பேசி முடிவெடுத்தனர்.

இன்று மாலை அவர்கள் பிரீத்தியின் வீட்டில் ஒன்று கூடுகின்றனர். இறுதி முடிவை சம்மந்தப்பட்ட இருவரும் எடுக்க வேண்டும் என்பதில் இரண்டு குடும்பப் பெரியோர்கள் உறுதியோடு இருந்தனர். இரு குடும்பப் பெரியவர்களுக்கும் மறைமுகமாக இந்த பேச்சுவார்த்தை மூலம் இருவரையும் பிரித்துவிடுவதே அவர்கள் முஸ்தீபு. ஹரிசாந்த் தவிர்ந்த எல்லோரும் பேசாமலே ஒன்றுபட்டிருந்தனர். தனக்கு எதிராக இரு குடும்பமும் பேச்சுவார்த்தைக் குண்டை வீசுமென்று அவன் எதிர்பார்க்கவில்லை. ஆனால் சம்மேளனத்தை பொறுத்த இடத்தில் புரட்டிப்போடும் பிரீத்தியின் சர்வதேசச் சந்தை'' வெடிகுண்டை அவன் வைத்திருந்தான்.

மரியாதைக்குரிய குணராசா மாமா ஊரில் விதானையாராக இருந்தவர். அகதியாக பாரிசுக்கு வந்ததும் அப்படியான வேலைகளைப் பார்த்துக் காலத்தை கடவானுக்குள் நிறுத்தி வைத்திருந்தார். அரசாங்கத்திடமிருந்து எப்படி பணம் பெறுவது? வேலைக்குப் போகாமல் எப்படி வாழ்வது? என்பதை ஜெகோவாவின் சாட்சிகள் போல ஊழியம் செய்பவர்.

உடல் உழைப்பில்லாமல் செழித்து நிற்கும் உடலுக்குத் தேசியக் கொடி போல் நிற்கும் கறுப்புக்குண்டூசிகள் போன்ற மீசை.

பலகையடிக்கப்பட்ட வயலில் வரம்பில் மட்டும் இருக்கும் பச்சைபுற்கள் போல் பிரடியோரம் மட்டும் மூன்றாம் பிறையை நினைவூட்டும் வெண்முடி அவரின் முதிர்ந்த சமூகப் பணிக்கு அடையாளம் காட்டி நிற்கும். மீசை மட்டும் வெட்டி எடுத்த இருட்டுப்போல் இருப்பதற்கு இயற்கை காரணமல்ல. கறுப்பு மீசை அவரின் தன்மானமும் ஆண்மையும் அச்சடித்த குறியீடுகள் என்பதற்கு அடிக்கடி அவர் மீசையை தொட்டுப் பார்ப்பதில் இருந்து தெரிந்து கொள்ளலாம். கருப்பு வெள்ளை கார்கள் பிரீத்தியின் படலையை நிறைத்தது. அந்த வீதியில் தமிழர்கள் அதிகம் குடி இருக்கிறார்கள் என்பதற்கு ஆங்காங்கே வீட்டுக் கொடிகளில் தொங்கும் கைலியும், சேலைகளும், பாவாடைகளும் உறுதிப்படுத்தின. அந்த வீதியில் திடீரென ஒருவரை இறக்கிவிட்டால் அவரால் இது பிரான்ஸ் என ஒருபோதும் கண்டுபிடிக்க முடியாது. குணராசா மாமாவிற்கு பின்னால் ஹரிசாந்தின் அப்பா, அம்மா தொடர்ந்து அக்கா, அத்தான் இறுதியாக வாடிய முகத்தில் முளைத்திருந்த இளம் தாடியுடன் ஹரிசாந்த் என அவர்கள் வீட்டுக்குள் நுழைந்து கொண்டிருந்த நேரம் அவள் வீட்டின் மாடியில் இருந்த சன்னல் ஊடாக பார்த்துக்கொண்டிருந்தாள். அவளுக்கு தன்மீதே வெறுப்பு ஏற்பட்டது. அவனைப் பார்க்கவே அவள் மூளை கொதித்தது. தான் எத்தனை நாடுகள் சென்று எத்தனை மனிதர்களை பார்த்தேன்? எத்தனை உயர்ந்த மனிதர்களுடன் சரிக்குச் சமமாக இருந்தேன்? இறுதியில் இந்த கழிசடை தமிழ் பண்டியுடன் சமனாக இருக்கும் நிலை வந்துவிட்டதே! என்று புலம்பினாள். சன்னலால் குதித்து ஓடி விடலாமா? என்று யோசித்தாள். பின்பு அவன் தானே மோசமான செயலை செய்தவன். இவனிடம் இருந்து விடுதலை பெறும் மாலையாக இதை மாற்ற வேண்டும் என்று உறுதி கூட்டினாள். 'இவன் எனக்கு வேண்டாம்' என்று உறுதியோடு சொல்லவேண்டும் என்று மனதுக்குள் சொல்லிப் பார்த்தாள். பின்பு படிகளில் இறங்கிச்

சென்று எல்லோருக்கும் 'வணக்கம்' சொல்லி அமர்ந்தாள். அவனை பார்க்கவில்லை. அவன் அவளையே பார்த்தபடி இருந்தான்.

குணராசா மாமா மீசையை தடவியபடி ஆரம்பித்தார்.

''பிள்ளையள் வடிவாக்கேளுங்க.. உங்களுக்குள்ள நடந்த பிரச்சனை எல்லோருக்கும் தெரியும். பேசி ஒரு முடிவுக்கு கொண்டு வரவேண்டும். வாழ்க்கை காலா காலம் வாழுற விசயம். அதை சண்டையிலேயே செலவழிக்க முடியாது. அது வாழ்க்கை இல்லை. நீங்கள் இருவரும் இன்று ஒர் முடிவுக்கு வரவேண்டும். தம்பி, பிள்ளையை அங்கே போகாதே! இங்கே போகாதே! இரவில் வீட்டில் இருக்கவேண்டும்! என்று நீர் சட்டம்போட்டால் எந்தப்பிள்ளை ஏற்றுக்கொள்ளும்?' குணம் மாமா பேசிய தமிழ் இருவருக்கும் அரைவாசியோடு விளங்காமல் போய்விட்டது. அது ஹரிசாந்தின் கண்ணில் நன்றாகவே தெரிந்தது. அதை உணர்ந்த அவன் அக்கா அவற்றை பிரெஞ்சில் சொன்னாள். அப்போது ப்ரீத்தி முகத்தில் வெளிச்சம் தெரிந்தது. குணத்தாருக்கு அப்போது மவுசு கூடி இருந்தது. சண்டையிட ஆரம்பிக்கும் இவர்கள் எவ்வளவு காலம் ஒன்றாக வாழ முடியும்? என்பதும் வேறு காரணங்களும் இருவரையும் பிரித்து விடுவதில் இறைச்சிப் பொருளாக இருந்தது. அடுத்து ஹரிசாந்தின் அக்கா பேசினார். அவர் பேச்சு மிக எளிமையாகவும் இப்படி சட்டம் போடும் ஹரிசாந்துடன் எப்படி வாழலாம்? என்று அவள் முடித்தாள். சண்டாளி பொறுத்த நேரத்தில் தன் வாழ்க்கையில் அலவாங்கை செருகுகிறாள் என்பதை ஹரிசாந்தின் பார்வை அப்படியே சொன்னது. அவன் அக்கா அவனைப்பார்த்து...,

''நீ உன்ர சட்டத்தை விடு! அல்லது ப்ரீத்தியை விடு!'' என்றாள்.

அவன், ''நீ என்ர அக்கா என்றுதான் நம்புறன். என்னால் சட்டத்தையும் விடமுடியாது. ப்ரீத்தியையும் விடமுடியாது'' என்றான்.

''நீ உண்மையான விசரன்'' என்று பிரஞ்சில் அவள் சொன்னாள்.

''நான் போய் சாகப்போகிறேன்'' என்று இருக்கையை விட்டு அவன் எழுந்தான். பெரியவர்கள் நடுங்கிப் போனார்கள். குணத்தார் தன் உடலை அவன்மீது மோதி அணைத்து ''வாடாமேனை'' என்று தன்னருகில் அமர்த்தினார்.

பின்பு முறையே ஹரிசாந்தின் அம்மா, அப்பா மாறிமாறி புத்திமதி கூறினர். போதாக்குறைக்கு பிரீத்தியின் அப்பா, அம்மாவும் அவனுக்கு புத்திமதி கூறினர். சற்று நேரம் சபை அமைதி பேணியது. ஹரிசாந்த் மீண்டும் ''நான் சாகப்போறன்'' என்று கிளம்பினான்'': பாய்ந்தெழுந்த அவன் அக்கா அவன் கன்னத்தில் அறைந்து ''போடா போய் சாவு'' என்று விட்டு பிரெஞ்சில் மோசமாகத்திட்டினாள். அதில் கெட்டவார்த்தைகள் வந்து போனது. அவள் களைத்துப்போய் பிரீத்தியின் அருகே சென்று அமர்ந்தாள். ஹரிசாந் மீண்டும் பெருமூச்சொன்றை வெளியிட்டு அமர்ந்தான். அவன் சாகப் போகவில்லை.

சபை முடிவெடுக்கமுடியாத முட்டுச்சந்தில் வந்து நின்றது. இப்படியான தருணத்தை வென்றெடுக்கும் கேள்விகளை கேட்பவர்கள் சபையை தலைமை தாங்கத் தகுதி உள்ளவர்கள்.

அதை உறுதிப்படுத்தும்படி குணராசா மாமா:

''தம்பி, இரவில் எங்கும் தங்கக் கூடாது. வீட்டிலே இரவில் இருக்கவேண்டும்! என்ற உன் கட்டளை உனக்கு பிள்ளையில் நம்பிக்கை இல்லை என்பதைத்தான் கூறுகிறது? பிள்ளையிடம் நம்பிக்கை இல்லாமல் எப்படி வாழ்வது? என்றார்.

ஹரிசாந்த் அவளின் முகத்தையே பார்த்தவாறு இருந்தான். அவனுக்கு வேறு வழி தெரியவில்லை. காரணங்களை ஒவ்வொன்றாக

கூறினான். அவை வார்த்தையில் கூட தணிக்கையில்லாத பிரீத்தி 'சர்வதேச ரீதியில்' உறவுவைத்த அவளின் கடந்தகால ஐந்து x கதைகள். அதன்பிறகு அங்கு யாரும் பேசவில்லை. குணத்தார் கைவிரல்களை ஒன்று இரண்டு... என்று ஆறுவிரல்களை தொட்டு எண்ணிப் பார்த்தார். பிரீத்தியின் அப்பா அந்த இடத்தைவிட்டு எழுந்து சென்றார். பிரீத்தியின் அம்மாவின் முகம் இருண்டு மழை வந்துவிட்டிருந்தது.

குணராசா மாமா தன் மீசையை தடவியபடி ''பிள்ளை நீ நல்லா படிச்சு உயர்ந்த தொழில் பார்க்கிறாய். முடிவாய் சொல்லு ஹரிசாந்துடன் வாழ்கிறாயா?'' என்றார்.

பிரீத்தி ''ஓம்!'' என்றாள்.

அந்தமுடிவு அவள் மெத்தப்படித்த 'சர்வதேச உறவுக்கு' எதிரானது.

தேடிவர யாருமில்லை

ஒரு இரவு-பகல் நான் அறியாமல் தொலைந்து விட்டது. அது என்னை முழுமையாக தின்று விட்டது. ஒரு வெயில் மாலையில் விழுந்து அழ ஆரம்பித்தேன். தலையணை கண்ணீர் வாடையை தருகிறது.

சூரியன் இருக்கிறது. வெயிலை காணவில்லை. இருட்டிக் கிடக்கிறது உலகம். மழை பெய்த வாசம் வருகிறது. உண்மை! நிலமெங்கும் நனைந்திருக்கிறது.

என்னைப் போலவே கண்ணீர் பெய்து களைத்துக் கிடக்கிறது வானம். ஒரு அகண்ட மௌனம் எங்கும் பரவி என்னை கட்டி வைத்திருக்கிறது.

கஞ்சத்தனம் மிக்கவன் வைத்த ஜன்னல் மட்டும் திறந்திருக்கிறது. நேற்று அறைந்து சாத்திய கதவு தானாக திறக்காது தானே? அப்படி இந்த நிலத்தில் என்னைத் தேட யார் இருக்கிறார்?

யாருக்கும் அவசியமான எதுவும் என்னிடம் இல்லை. அக்கறை கொள்ள இருந்த கடைசி உயிரும், என்னை தந்த முதல் உயிருமான என் அம்மா 2009ல் இறந்தார். அவரை எந்தக் குண்டும் துளைக்கவில்லை. பட்டினியால் அந்த முள்ளிவாய்க்கால் நிலத்தில் இருந்த அரச மரத்தின்

கீழ் இறந்ததாக பின்னர் அறிந்தேன்.

அதற்குப் பிறகு நேற்றுத்தான் அழுதேன். இந்தப்பாலை நிலத்தில் வளர்ந்த ஒரே ஒரு பேரீச்சம் மரமும் என்னை விட்டுப் போய்விட்டது. அவளை வழியனுப்பி வைத்தது நான்தான். அவள் என் ‘சசி’.

ஐரோப்பா செல்கிறாள். வேறு எதற்காக? திருமணத்திற்காகத்தான். எங்களுக்கு வேறு வழி தெரியவில்லை. எங்கள் பேரன்பை பேசி பிரிந்துவிட்டோம். நடந்தது எல்லாமே நாம் தீர்மானிக்க முடியாதவை. இருவரும் பல்கலைக்கழகப் படிப்பை முடித்து விட்டோம். பாருங்கள் எங்களை இந்த உலகம் வாழ விடவில்லை.

எங்களை முட்டாள்கள் என்று சொல்லாதீர்கள். நடந்தது எல்லாம் தான் முட்டாள் தனமானவை. முட்டாள்கள் தீர்மானிக்கும் நிலையில் இருந்தால் இந்த சின்ன உயிர்களால் என்ன செய்துவிட முடியும்?

அவசரப்படாதீர்கள்! கொஞ்சம் பொறுத்துக் கொள்ளுங்கள். என்னால் ஒழுங்காக சொல்ல முடியவில்லை. தடுமாறுகிறேன். ஆயுதங்களோடு பிடிப்பட்ட போராளி போல் படபடக்கிறது என் இதயம். அது வெடிக்க முதல் எல்லாவற்றையும் சொல்லி விடுகிறேன். பொறுத்துக் கொள்ளுங்கள்.

++++

யாழ் பல்கலைக்கழக நூலகத்தில் தான் சசியை சந்தித்தேன். கால் மார்க்ஸ் இன் ‘மூலதனத்தை’ முடித்துவிட வேண்டும் என்று தினமும் சென்று கொண்டிருந்தேன்.

அங்கே பல ஆண்கள் படிப்பதுபோல் நடிக்கவும், படிக்கும் பெண்களைப் பிடிக்கவும் வந்து கொண்டிருந்தார்கள். நான் பொய் சொல்ல முடியாது. எனக்கும் அந்த எண்ணம் இருந்தது. ஆனால் காற்று என்னைத் தூக்கி எறியும் நிலையில் இருந்ததால், என்னை யாரும்

பார்க்க நான்கு கண்கள் வேண்டும். யாரும் பார்க்க முடியாத தோற்றத்தில் தான் நான் இருந்தேன்.

அன்று மாலை மாற்றத்திற்காக நேரு எழுதிய 'உலக வரலாறு' படித்துக் கொண்டிருந்தேன். நூலகம் பூட்டுவதற்கு ஒரு மணி நேரம் இருந்தது. அதிகமாக யாரும் இல்லை. வழமைக்கு மாறாக ஒரு மெல்லிய சத்தம் என்னைக் குலைத்துக் கொண்டிருந்தது. மூளை வாசிக்க முடியாமல் அலமந்தமாய் நின்றது. மனம் அந்த சத்தத்தின் மூலத்தைத் தேடிக்கொண்டிருந்தது.

நடுச்சாமத்தில் கடிகாரத்தின் சத்தம் போல அது இருந்தது.

என் எதிரில் இருந்த புத்தக அலமாரியின் மறுபக்கத்திலிருந்து அந்த சத்தம் வந்தது. நேருவை மூடிவைத்துவிட்டு காந்தியின் நடையில் நகர்ந்தேன். புத்தகத்தை விரித்துவைத்து அதன் மறைவில் அழுதுகொண்டிருந்தாள் என் சசி! சசிவதனா!

அவள் முன் அமர்ந்தேன். வெள்ளை சுடிதாரை கறுத்த நீண்ட முடி காவல் காத்துக் கொண்டிருந்தது. முகம் குருதி நிறைந்து கண்ணீர் வழிந்து மாறியிருந்தது. எனக்கு பதட்டம் அதிகமாகியது.

ஒருவனின் வருகையை உணர்ந்து, கண்களை ஒற்றி இறுக்கமாக புத்தகத்தையே பார்த்துக் கொண்டிருந்தாள். கண்ணீர், காயவைத்த நெல்லை கொத்தும் கோழிபோல புத்தகத்தை கொத்திக் கொண்டிருந்தது. அணங்கு ஒருத்தியின் தனிமையான கண்ணீர் எவ்வளவு கொடியது என்பதை எனக்கு புரியவைத்துக் கொண்டிருந்தாள்.

எப்படியாவது அதன் காரணம் அறியத் துடித்தேன். ஆனால், அதை அவள் விரும்புவாளா? பேச முடியுமா? என்ற பதட்டத்தையும், ஏக்கத்தையும் தந்தது.

ஒருவாறு அடித்தொண்டையில் இருந்து வாடகைக்குரலில் 'ஏன் அழுகிறீர்கள்?' என்றேன். அவள் பேசவில்லை. என்னை பார்க்கவில்லை. குனிந்தே இருந்தாள். அந்த நேரத்தில்தான் நேர்த்தியான உடையணிந்த அமைதிக்கே பழக்கப்பட்ட நூலகரின் குரல் வந்தது.

''பிள்ளையள் ஐந்து நிமிடத்தில் பூட்டப்போறம்'' கண்களை வெள்ளையும், ரோசா நிறமும் கொண்ட கைக்குட்டையால் துடைத்துக்கொண்டே என்னை மதிக்க அவசியமற்ற பூச்சி போல மாற்றியவாறு அவளின் பின்தோற்றத்தை மட்டும் எனக்காக விட்டுவிட்டு வெளியேறினாள். நீண்டு பின்பகுதியை மறைத்த அளகத்தை பார்த்துக்கொண்டிருந்தேன். பின்னர் நானும் வெளியேறினேன்.

அந்த இரவு தூக்கமே வரவில்லை. ஒரு பெண்ணின் தனிமையான கண்ணீர், கடைசி அத்தியாயம் கிளிக்கப்பட்ட நாவலை வாசித்தவன் போல வதைத்தது.

அடுத்த நாள் மதிய நேரம் நூலக வாசலில் இருந்து தாஸ்த்தாவெஸ்கி யின் 'வெண்ணிற இரவுகள்' வாசித்துக் கொண்டிருந்தேன். அவள் இன்றும் வருவாள். எப்படியாவது கண்ணீரின் காரணம் கேட்டுவிட வேண்டும். அவள் சொல்லாவிட்டால் கெஞ்சுவதற்கும் தயாராகவே இருந்தேன். வெண்ணிற இரவுகள் போல என் கதை இருக்கும் என்று நான் நினைக்கவில்லை.

அவள் வந்தாள். மஞ்சள் தாவணி வெண்மை மஞ்சள் குளித்த துப்பட்டா. தண்டவாளத்தில் நகரும் வண்டி போல எங்கும் அசையாமல் அதே இடத்தில் சென்று அமர்ந்தாள்.

பின்னால் சென்று முன்னால் அமர்ந்தேன். அவள் பார்க்கவில்லை. பேச மாட்டாள் என்பதற்கு அடையாளம் தெரிந்தது. திடீரென்று

விரல்களை மூளை ஆக்கி ஒரு சிறு கடிதம் எழுதி யாருமறியாது உருட்டினேன். அவள் முன் நானும் எங்கள் இருவரை பார்த்து இரண்டு புத்தகங்களும் இருந்தது. ''நீங்கள் ஏன் அழுதீர்கள்? சொல்லுங்கள்! என் தூக்கம் நேற்று இல்லை. சொன்னால் இன்று தூங்க முடியும்!'' அப்போதுதான் இமைகள் நிமிர்த்தி என்னைப் பார்த்தாள். அது படித்து கறுத்த கருணைக் கண்கள். அப்படிப்பட்ட கண்கள் கண்ணீர் சிந்துவதை எந்த இளைஞன் ஏற்றுக்கொள்வான்?

அவள் சிறிய தாளில் பதில் எழுதி உருட்டி விட்டாள். அது மிகச் சிறிய பதில் ''அது தனிப்பட்ட விடயம்'' என் மூளை கிறுக்குத்தனமாக வேலை செய்ய ஆரம்பித்தது. நான் எழுதினேன், ''நாட்டு பிரச்சனைக்கு இப்படி யாரும் கண்ணீர் சிந்த முடிந்தால் அது தீர்ந்து விடும்'' அதைப் படித்ததும் அவள் சிரிக்கும்போது கன்னங்களில் குழி விழுந்தது.

சற்று அமைதிக்கு பிறகு ஒரு துண்டில் எழுதினாள்:

''ஒன்றும் இல்லை. என்னைப் படிப்பிக்கும் உறவினர் ஐரோப்பாவில் இருக்கிறார். அவர் தொலைபேசி எடுத்தபோது நான் எடுக்கவில்லை. அவர் பேசிக் குறுஞ்செய்தி அனுப்பினார். அதுதான் தாங்க முடியவில்லை.''

இதன் பின்னர் நாம் அறிமுகம் ஆனோம். சசியின் கதைகள் என் கதைகளோடு போட்டி போட்டது.

சசியின் தந்தை அவள் பிறந்த சில மாதங்களில் இந்திய இராணுவத்தால் அழைத்துச் செல்லப்பட்ட பின்னர் அவர் வீடு திரும்பவில்லை. அவளது தந்தையின் தம்பியார் புளொட் அமைப்பில் இணைந்து பயிற்சிக்காக இந்தியா சென்றவர் திரும்பவில்லை. அவளது அண்ணா விடுதலைப் புலிகளின் வீரனாகி முல்லைத்தீவு முகாம் தாக்குதலில் வீரமரணம். இப்போது தாயும் சசியும் மட்டுமே தலைமுறையின் நீட்சி.

கல்வியே துணையான சசிக்கு அவளது மச்சான் முறையான 10 வயது மூத்த மைத்துனர் கல்விக்கு பண உதவி செய்கிறார். அவர் அழைத்தபோது அவள் குளித்துக் கொண்டு இருந்திருக்கிறாள். குளிக்கும் வேளைகளிலும் தொலைபேசும் வசதி யாழ்ப்பாணத்தில் இல்லை என்பது ஐரோப்பிய மச்சானுக்கு தெரியவில்லை. அவரின் கோபம் வசை சொற்களாக வந்திருக்கிறது. அந்த சொற்களே சசியை அழ வைத்தது.

நாங்கள் நூலகம் சென்று படிக்க ஆரம்பித்தோம். இருவரது கதைகளையும். அவளது ஆரம்ப கதையையும், எனது முடிவுக் கதையையும் இணைத்தால் அது நாவலாக மலர்ந்து நம்மில் பரவியது.

சிவப்புக் கொய்யாப்பழம் போன்ற உதடுகளையும், 'மாமை' நிறத்தையும் வைத்திருந்த சசி, என் வசந்தகாலமாக மாறிப்போனாள்.

என் அம்மாவை நினைத்த போதெல்லாம் குன்றுமணி போல கண்கள் மாறிவிடும். போராளிகள் பகுதியிலிருந்து நான் பல்கலைக்கழகம் வந்தேன்.

இறுதியுத்தத்தில் அம்மா தனியே யுத்தத்தில் சிக்கி முள்ளிவாய்க்கால் பகுதியில் உணவு இன்றி இறந்ததை என்னால் ஏற்க முடியவில்லை. எவ்வளவு கருணையான உலகம்! எதிரிகளை கருவிகளால் எதிர்க்க போராளிகள் காத்திருக்க, பட்டினி குண்டுகளையும் அரசாங்கம் போட்டு விளையாடியது. எவ்வளவு விவேகிகள் அவர்கள்?

இப்படியான என் புலம்பல்களில் சசி, ''நாங்கள் இருக்கிறம்'' என்பாள். அது ஒரு சாமியின் அசரீரி போலவே என் ஆன்மாவை நனைக்கும்.

நாம் சொல்லிக் கொள்ளாமலேயே ஒருவரையொருவர் நெருங்கிய உறவுகளாக நினைக்க ஆரம்பித்தோம். என்னை தன் தாய்க்கு

அறிமுகப்படுத்தினாள். அவர் கருணைமிக்க தோற்றத்தில் இருந்தார். அதுவரை யாழ்ப்பாண வாழைப் பழங்களே என் பசியை போக்கியபடி இருந்தது. யாழ்ப்பாணத்தில் ஆக மலிந்த உணவு அதுதான். ஒவ்வொரு ஞாயிற்றுக் கிழமையும் சசி வீட்டில் எனக்கு அன்னதானம் வழங்கினார்கள். பெரிய மனதோடு ஏற்றுக்கொண்டேன்.

கிழமைக்கு ஒரு தடவைதான் அந்த வாய்ப்பை அவர்களுக்கு வழங்கினேன். அவள் குடும்பத்தில் செம்புலப்பெயல் நீர்போலானேன்.

நான்காம் ஆண்டு படித்துக் கொண்டிருந்தபோது, ஒருநாள் கோவில் வாசத்தோடு வந்து வாழை இலையில் சுற்றிய பொங்கலும் மோதகமும் தந்தாள். "சாமிகளை எனக்கு பிடிக்காது. பொங்கலும் மோதகமும் பிடிக்கும்" என்று அவளுக்கு தெரியும். சசி தன் அழகுக் கண்களால் என்னை நேரில் பார்த்து "உன்னைத்தான் நான் திருமணம் செய்வேன்" என்றாள். இப்படி ஒரு 'சாமி தரிசனம்' கிடைக்கும் என்று நான் நினைக்கவில்லை.

நீண்ட காலத்தின் பின் கோவிலுக்கு செல்லும் அவசியம் ஏற்பட்டது. இடைவெளி இல்லாத மகிழ்ச்சியை இதயம் பெய்தது. இந்த உலகம் திடீரென அழகாகியது.

அது நீடிக்கவில்லை. வானவில்லின் மீதே இடியேறு வீழ்ந்தது. இருண்ட மேகம் வண்ணங்களை தின்றது. ஆம்! எம்மை சாத்தான் துரத்த ஆரம்பித்தார். சசிக்கு பணம் அனுப்பிய 10 வயது கூடிய, ஐரோப்பாவில் உள்ள மச்சான் சசியை திருமணம் செய்ய ஆசைப்பட்டுவிட்டார்.

+

நான் பல்கலைக்கழகம் முடித்துவிட்டு செருப்புக் கடையில் வேலை செய்தேன். சுசி கண்ணீரோடு காத்திருந்தாள். தன் தாய்க்கும் என்னை விரும்புவதை சொல்லிவிட்டாள். தாய்க்கும் சம்மதமாயிருந்தது.

டொமினிக் ஜீவாவின் காதலியின் தாய்போல் சசியின் தாய் இருக்கவில்லை.

என் கன்னங்களை வருடியபடி சசியின் அம்மா:

"தம்பி உன்னை போல் யாரும் பிள்ளைக்கு இருக்காயினம். ஆனால் கை நீட்டி காசு வேண்டிட்டம். அவர்கள் ஒற்றைக் காலில் நிற்கிறார்கள். நான் என்ன செய்வேன்?"

அந்தத் தாயின் கண்ணீர் கொடுமையை தந்தது.

நேற்றைய முதல் நாள் சசியை விமான நிலையத்தில் வழியனுப்பி விட்டேன்.

துப்பட்டா தோயும்வரை அழுதாள். கைகூப்பி "என்னை மன்னித்து விடு" என்றாள். நான் அழவில்லை. "உனக்கு விசரா? நீ மகிழ்ச்சியாய் இரு. அது போதும்" என்றேன். "நீ திருமணம் செய்து வாழ வேண்டும்!" என்றாள். என் கண்கள் சிவந்தது. ஆனால் அழவில்லை. சசியின் வாழ்வை சசி தீர்மானிக்க முடியவில்லை. அதைத் தீர்மானிக்கும் பொருளாதாரம் என்னிடம் இல்லை. என் சசி குறுகிய காலம் ஆயினும் என் வாழ்வை அழகாக்கியவள்.

++

அறைக்கு வந்த நேற்றுக்காலை சாத்திய கதவுக்குள் அழுது... அழுது தூங்கிப்போனேன். மாலை வந்து, இரவு வந்து, காலை வந்து மாலையும் வந்துவிட்டது. நானறியாமல் என் வாழ்வில் ஒருநாள் என்னை விட்டு தொலைந்துவிட்டது. சசி வானத்தில் பறந்து கொண்டிருப்பாள். நான் பூமியில் புதைந்து கொண்டிருக்கிறேன். பொறுங்கள்! பொறுங்கள்! ஏதோ சத்தம். கதவு தட்டப்படுகிறது. என்னைத் தேடிவர இப்போ யாருமில்லை!

இறகை

அன்புள்ள ஜனனி:

நான் குழப்பமாக இருக்கிறேன். என்னை அவர்கள் வைத்திருந்த வைத்திய சாலையிலிருந்து யாருக்கும் சொல்லாமல் வெளியேறிவிட்டேன். அங்கு இருந்தால் எனக்கு மூளை சைக்கிள் சில்லுப்போல் சுத்துகிறது. அங்கிருக்கும் நோயாளிகள் ஒருவருக்கும் 'உடற்குறை' இல்லை. என்னையும் அங்கு சேர்த்து விட்டதால் என் மனம் குழம்பிப் போய் விட்டது. நான் அகதி அட்டை இல்லாததால் எதுவும் சட்டரீதியாக செய்ய முடியாது. செய்யக்கூடிய ஒரே காரியம் 'நான் மீண்டும் நாட்டுக்கு போகிறேன்' என்று அகதிகளுக்கான காரியாலயத்தில் சென்று கூறினால் எனக்கு இலவசமாக பயணச் சீட்டும், செலவுக்குப் பணமும் தந்து சந்தோசமாக என்னை அனுப்பி வைப்பார்கள். ஆனால் இலங்கைக்கு சந்தோசமாக நான் எப்படி வருவது? உன்னையும் என் செல்ல மகளையும் இங்கு அழைத்து விட்டால் எங்கள் மகளின் எதிர்காலமாவது சிறப்பாய் இருக்கும். மகளை எப்படியாவது நான் பார்க்க வேண்டும். அவளுக்கு 15 வயது இருக்கும். நான் உங்களை விட்டுப் புறப்பட்டு 15 வருடம் தானே? நான் அனுப்பிய பணத்தை பிள்ளையின் கல்விக்காக செலவிடு. இனி என்னால் பணம் அனுப்ப முடியுமோ தெரியவில்லை. வேலை

செய்யும் நிலையில் இருக்கிறேன். ஆனால் என் மனம் அழுகிவிட்டது. ஒரே மனநிலையில் இருக்க முடியவில்லை. களவாக வேலை செய்த இடத்திலிருந்து என்னை நிறுத்தி விட்டார்கள். அவர்கள்தான் என்னை மனநிலை சீராக்கும் மருத்துவமனைக்கு அனுப்பினார்கள். எனக்கு ஒரு பிரெஞ்சு வைத்தியர் பொறுப்பாக இருந்து பார்த்துக் கொண்டார். அவரிடம் எல்லா கதைகளையும் சொல்லிவிட்டேன். அவரிடம் பேசினால் எவரும் தங்கள் கதைகள் எல்லாவற்றையும் சொல்லி விடுவார்கள். அப்படி ஒரு பெண். இப்படியும் பெண்கள் இருக்கிறார்கள் என்று எனக்கு அவரைப் பார்த்த பின்னர்தான் தெரிந்தது. எனக்கு அதிகமாக பிரெஞ்சு மொழி தெரியாதபோதும், எனக்கு ஏற்றால்போல் மொழியை பேசினார். அப்படி ஒருவர் ஏற்கனவே அறிமுகமாகி இருந்திருந்தால் எனக்கு இந்த நிலை வந்திருக்காது. அவரின் பெயர் சிசில். எனது தொடர்புகள் இல்லாமல் போனால் உன்னை அவர் தொடர்பு கொள்வார். அவரைத் தவிர இங்கு யாருக்கும் உனது இலக்கம், விலாசம் கொடுக்கவில்லை.

நான் வைத்தியசாலையில் இருந்து வெளியேறி ஒரு ஒதுக்குப்புறமான இடத்தில் தங்கியுள்ளேன். என் அறைக்குப் போக முடியாது. அவர்கள் எனக்கு நல்லது செய்வதாக என்னை மீண்டும் வைத்தியசாலை அனுப்பிவிடுவார்கள். நான் இருப்பது அவர்களுக்கு இடைஞ்சல் என்பது எனக்குத் தெரியும். அவர்களும் அகதிகள் தானே? ஒவ்வொருவரும் தங்களை காக்கத்தானே ஓடுவார்கள்? இல்லாவிட்டால் இவ்வளவு தூரம் ஓடி வந்து வாழ முடியுமா என்ன?

அன்புள்ள ஜனனி நீ இதை இட்டு துன்பப்படலாகாது. எது நடக்குமோ அது நடக்கும். எல்லாவற்றையும் விட்டுவிட்டு உங்களோடு இருக்க இலங்கை வந்து விடலாம் என்று ஆசைதான். அங்கு வந்தாலும் எனக்கு இருப்பதை விட மனம் மோசமாகிவிடும். நீ தைரியமாக இருந்து மகளைப் பார்த்துக்கொள். அவள் எங்கள் தொடர்ச்சி. என் கதை ஒன்றும்

அவளுக்கு தெரிய வேண்டாம். என் மனம் தேறிவிடும் என்றுதான் நினைக்கிறேன்.

என்றும் உன்மீது வற்றாத அன்புடன்

நந்தன்.

++++

கடிதத்தை அனுப்புவதற்கு லா போஸ் (தபாலகம்) சென்றேன். எப்போதுமே என்னை யாரும் பார்க்கிறார்களா? என்றுதான் மனம் விறாண்டுகிறது. இப்போது எனக்கு நினைவுகள் சரியாகத்தான் இருக்கிறது. சில வேளைகளில் வேறு உலகத்திற்கு புகை நிறைந்த வானத்தில் சென்று எங்கோ ஓரிடத்தில் வாழ்வது போல மனம் வந்துவிடுகிறது. அதன் பிறகு எனக்கு என்ன நடக்கிறது என்று தெரியவில்லை. பின்பு நினைவு திரும்பும் போது 12 மணி நேரம் தொடர்ந்து உணவு விடுதிச் சமையல் அறையில் வேலை செய்தவன் போல் உடல் களைப்பும், வியர்வையோடும் சுயநினைவு அடைகிறேன். என்ன நடக்கிறது என்பதை நினைவூட்ட முடியவில்லை. இதனால் எனக்கு மன நிலை குழம்பி விட்டதாக நினைக்கிறார்கள். அவர்கள் நினைப்பது சரியா? நான் நினைப்பது சரியா? எதையும் தீர்மானிக்க முடியவில்லை. ஒருபக்கம் சரியாகவும், ஒருபக்கம் தவறாகவும் இருக்கிறது. கடிதத்தை அனுப்பிவிட்டேன். அது எப்படியும் ஜனனியின் கைகளில் சென்று சேர்ந்துவிடும். எனக்கு நிம்மதியாக இருக்கிறது. இதை எப்படி அவளுக்கு அறிவிப்பது என்று பல நாட்கள் யோசித்துக் கொண்டிருந்தேன். டாக்டர் சிசில் வைத்தியசாலையில் என்னோடு பேசும் போதுதான் ''மனைவிக்கு எப்படியும் உனது நிலையை அறிவிக்க வேண்டும். அது மிக முக்கியமானது'' என்றார். நான் மனைவியின் அழைப்புக்களை ஏற்றுக் கொள்வதில்லை. எந்த

நேரத்தில் எப்படி இருப்பேன் என்று எனக்கு தெரியாது.

என் மகளை நினைக்கும்போது மனம் புங்கபோல ஆகிவிடுகிறது. அவள் பிறந்து ஆறு மாதத்தில் இலங்கையை விட்டு வெளியேறினேன். இப்போது 15 வருடங்கள். என் மகளை நான் இனி அந்நியப் பெண் போலவே பார்க்க முடியும். என் மனைவிக்கும் வயது அப்படியே இருக்காது தானே? பொறுங்கள்... பொறுங்கள்.. யாரோ கைபேசியில் அழைக்கிறார்கள். ஓ.. அது சிசில் தான். எனக்கு அவமானமாக இருக்கிறது. வைத்தியசாலைக்கு அறிவிக்காமல் ஓடி வந்தது குற்றம்தானே? நான் பேசப்போவதில்லை. ஓ.. குறுஞ்செய்தி அனுப்பி இருக்கிறாள்.

''வணக்கம் நந்தன், உன்னை நான் சந்திக்க வேண்டும். உன்னோடு பேச வேண்டும். நாளை காலை 9 மணிக்கு எங்கிருந்தாலும் la pampa, 1 avenue de maintenant,78150 le chesnay என்ற இடத்திற்கு வந்துவிடு. நான் அங்கு உனக்காகக் காத்திருப்பேன். ' சிசிலை மட்டும் நான் ஏமாற்ற முடியாது. அவர் ஒரு வைத்தியர். அதேநேரம் யாருமே அற்ற பதிவே இல்லாமல் வாழும் ஒரு அகதிக்காக இவ்வளவு அக்கறை காட்டுபவரை எப்படி புறந்தள்ள முடியும்? நான் எங்காவது சென்று முடி அலங்காரம் செய்து, பொதுக்குளியலறை தேடிப்பிடித்து ஒரு கனவான் போல் நாளை காலை சிசிலை சந்திக்க வேண்டும்.

++++

இரவு தூங்க முடியவில்லை. இரவு நீண்டு கொண்டிருந்தது. ஒரு முடிவாக காலை வந்துவிட்டது.

ஆறு மாத காலமாக வளர்ந்திருந்த முடியை வெட்டிவிட்டு பார்வைக்கு இதமாக படக்கூடிய உடை அலங்காரத்துடன் தயாரானேன். வைத்தியசாலையில் இருந்த எனது தோற்றத்துக்கும் இப்போதுள்ள தோற்றத்திற்குள்ளும் இரண்டு மனிதர்கள்

இருக்கிறார்கள். எனக்குள் இரண்டு மனிதர்கள் இருப்பது போல. சிசில் என்னை இனம் காண சிரமப்படக்கூடும். நான் தேறி விட்டதாக பெருமைப்படக் கூடும். தன் அழகுபற்றி ஒருவன் சிந்திக்கிறான் என்றால் அவனுக்கு மூளை சரியாக இயங்குகிறது என்றுதானே அர்த்தம்!

அதிகாலை எழுந்து பொதுக் குளியலறை சென்று தோய்ந்தேன். பின்பு அருகில் இருந்த ஒரு 'பிறாசறிக்குச் சென்று' ஒரு பால் கபே குடித்தேன். எட்டு மணிக்கு பஸ் பிடித்து பின்பு ஒரு மின்வண்டி எடுத்துச் சென்றால் அந்த இடத்திற்குச் சென்றுவிடலாம். என் பையையும் எடுத்துக் கொண்டு செல்லவே முடிவெடுத்தேன். செல்லும் இடத்தில் எங்காவது தங்குவதற்கு வாய்ப்பு இருக்கலாம். பாரீசைவிட்டு சற்று வெளியே என்பதால் வெற்றிடம் இருக்க வாய்ப்புண்டு. சிலவேளை சிசில் வைத்திய வண்டியில் ஏற்றி என்னை வைத்தியசாலைக்கு அனுப்பக்கூடும். சிசில் சொல்வதை கேட்பதுதான் புத்திசாலித்தனம்.

சிசில் கூறிய இடத்தில் இறங்கிய போது அங்கு ஒரு restaurant இருப்பதற்கான எந்த அடையாளமும் தெரியவில்லை. ஆனால் சிறிய பலகையில் la pampa என்று மட்டும் எழுதி இருந்தார்கள். எனக்கு ஒன்றும் புரியவில்லை. இது என் மனப் பிரமை தானா? அப்படி ஒரு சந்திப்புக்கு சிசில் வரச் சொன்னதாக நானே கற்பனை செய்தேனா? என் கைபேசி எங்கே? அதை தவற விட்டு விட்டேனா? இல்லை! இல்லை! அதை என் பைக்குள் தான் வைத்தேன் அல்லவா? ஓ.. கைபேசியை எதற்காக பைக்குள் வைத்தேன்? இதுதான் மனப்பிறழ்வா?

எது நான்?

எது நானல்லாதவன்?

ஒன்றும் தெரியவில்லை. கைபேசியை எடுத்து சிசிலின் குறுஞ்செய்தி நிஜம்தானா என்று பார்ப்போம். ஆம் அது உண்மை! அது

அப்படியே இருக்கிறது. எனக்கு மனம் குழம்ப வில்லை. நானே என்னை நம்பாமல் ஆகிவிட்ட நிலையில் இருக்கிறேனா? இதற்கு என்னபெயர்? நான் இப்போதே என்னை குழப்பிவிடுவேன் போல் இருக்கிறது. ஒன்பது மணிக்கு இன்னும் பத்து நிமிடங்கள் உள்ளது. அதுவரை காத்திருப்போம். அதன்பிறகு உணவகத்தில் சென்று பார்ப்போம். அதுவரை இந்த பஸ் தரிப்பிடத்தில் இருந்து அந்த உணவக வாசலையே பார்த்துக் கொண்டிருப்போம். வேண்டாம். அருகே ஒரு மரம் இருக்கிறது அதன் கீழ் அமர்ந்திருப்போம். யாரும் என்னை அவதானிக்க வாய்ப்பில்லை. வீதியில் யாரையும் காணவில்லை. இப்பெரிய வீடுகளுக்குள் மனிதர்கள் இல்லையா? வீடுகள் என்ன கல்லறைகளா? வெளியே வராமல் வீடுகளுக்குள் எல்லோரும் முடங்கி விட்டார்களா? இன்று ஞாயிற்றுக் கிழமையா? விடிந்த ஞாயிறில் மனிதர்கள் தூக்கத்தில் இருக்கலாம். கிழமைகள், நேரங்கள், ஆண்டுகள் இல்லாமல் இவர்களால் வாழ முடியாது. ஆனால் நான் அந்த வாழ்க்கை நோக்கித்தானே செல்கிறேன்? எனக்கு வீடும் இல்லை, நாடும் இல்லை, நாட்களும் இல்லை... நான் ஒரு வெளி.

தூரத்தில் ஒரு உருவம் பிலாக்கொட்டைக் குருவிபோல் வருகிறது. யாரோ அதிகாலை சைக்கிள் ஓட்ட வீரராக இருக்கலாம். ஆணோ-பெண்ணோ தெரியவில்லை. சைக்கிள் வீரர்கள் உடைகள் தோலோடு ஒட்டி விடுகிறது. தலைக்கவசம் முடியை மூடிவிடுகிறது. அந்த சைக்கிள் வீரர் restaurant வாசலில் நின்று விட்டார். சிசிலாக இருக்க முடியும். பொறுத்திருப்போம்.

அவர் தன் மெலிந்த சைக்கிளை நிறுத்திவிட்டு தன் தலைக் கவசத்தை வெளியேற்றுகிறார். தங்க நிறப்பாம்பு மரத்தில் இருந்து விழுவது போல் அவர் தலை முடி விழுகிறது. அதை அள்ளி முடிகிறார். ஆம் அவர் பெண்தான். சிசிலாகத்தான் இருக்கமுடியும். அதே நடைதான். ஆம்

அவர் அந்த விடுதிக்குள் நுழைகிறார்.

விடுதியை நோக்கிச் சென்றேன். ஒரு பெண் தாராளமான உடலுடன் நின்றிருந்தாள். ஊடையலங்காரம் இயற்கையை விரும்புபவளாக இருந்தது.

இந்தியத் தோலுடனும், ஆபிரிக்கத் தலையுடனும் சூரியன் பட்டுத்தெறிக்கும் ஒளியுடனும் இருந்தாள். நான் தயங்கி madame cicéle என்றேன். என்னை ஒருவித போலீஸ் பார்வை பார்த்தாள். சொட்டுக்கும் அவள் உதடுகள் மலரவில்லை. வெனே.. வெனே (வாருங்கள்.. வாருங்கள்) என்று அழைத்து சென்றாள். அந்த சிறிய கதவினூடாக நுழைந்தபோது பிரம்மாண்டமான இருக்கைகள் சாஸ் நட் மரங்களுக்கு கீழ் இருந்தன. பிரமாண்டங்களின் வாசல்கள் சிறிதாகத் தான் இருக்குமோ என்று எண்ணிக்கொண்டேன். உள்ளே நான் பார்த்த சைக்கிள் பெண் மட்டும் மரத்தின் கீழ் இருந்த இருக்கையில் அமர்ந்திருந்தார். சிசில் வீராங்கனை போல் இருந்தார். அவர் என்னை பார்த்ததும் எழுந்து வந்தார்.

முகம் முழுக்க மகிழ்ச்சி. பூக்களைக் கொட்டிவிட்டதுபோல் இருந்தது. என்னைப் பார்த்ததும் எழுந்து வந்து "நன்றி நந்தன். என் அழைப்பை ஏற்றமைக்கு" என்றார். தன் முன்னுள்ள இருக்கையில் அமருமாறு கூறினார். எனக்கு ஒருவகை கூச்சமாக இருந்தது. அவருக்குச் சமமாக அமர்வதைப்பற்றி மூளைக்குள் ஆராய்ச்சி நடந்தது. அதனால் முடிவெடுக்க முடியாமல் அலமந்து நின்ற போது சிசில் என் தோளைப்பற்றி என்னை அமரச் செய்துவிட்டு தன் இருக்கையில் அமர்ந்தார். அப்போது மரத்தில் பழுத்த இலையொன்று சுற்றியவாறு எங்கள் இருவருக்குமிடையில் வந்து மேசையில் விழுந்தது. அதன் வீழ்ச்சி அத்தனை நாட்டியமாக இருந்தது. இலைகள் தங்கள் வீழ்ச்சியை கொண்டாடுகின்றனவோ? என்று நினைத்துக்

கொண்டேன். அந்த இலை என்னை அவமானப்படுத்துவதாக மனம் நினைக்க ஆரம்பித்தது. என்னை இலையிடமிருந்து சிசிலின் குரல் மீட்டெடுத்தது.

"நந்தன், நீ நன்றாக இருக்கிறாய்! பார்க்க மகிழ்ச்சியாக இருக்கிறது."

"மேடம் சிசில், நீங்கள் இந்த ஊரிலா இருக்கிறீர்கள்?"

"ஆம். இங்கிருந்து மிக அருகில்."

"இங்கு வீடுகள் எல்லாம் மாளிகைகள் போல் இருக்கிறது."

"ஆம். இது பிரான்சில் வசதியானவர்கள் வாழும் வதிவிடம்" நம் உரையாடலை இயந்திர மொழியுடன் இயற்கைப்பெண் குறுக்கிட்டாள்.

"சீமானே.. சீமாட்டியே.. நீங்கள் அருந்துவதற்கு பிரியப்படும் பானம் எது?"

"எனக்கு ஓர் கர்ப்பச்சீனோ, மற்றும் ஓர் பினோன்சியே கேக்."

பின்பு இருவரும் என்னைப் பார்த்தார்கள். நான் ஏதாவது சொல்லியே ஆகவேண்டும். 'அதே பானமும், கேக்கும்' என்று மிக இங்கிதமாக முடித்துக்கொண்டேன். என் வாழ்நாளில் இப்படிப்பட்ட சூழலில் இருந்தது கிடையாது. அகதி அந்தஸ்து வழங்கப்படாத அகதிக்கு இவை கிடைத்தற்கரிய வாய்ப்பு.

"நந்தன் உன்னுடன் நட்பாக உரையாடுவதற்கே உன்னை அழைத்தேன்."

"நன்றி என்னைப் பற்றி நீங்கள் எல்லா கதைகளையும் அறிந்து விட்டீர்கள்"

"ஆனால் நீ என்னைப் பற்றி அறியவில்லை தானே. நாம் பேசுவதற்கு அறிவதற்கு குவிந்து கிடக்கிறது வாழ்க்கை."

"ஆமாம்"

எனக்கு ஒருவகை வெட்கமாய் போய்விட்டது. (எங்கள் கதைகளைக் கூறுவதில் உள்ள ஆர்வம் மற்றவர் கதைகளைக் கேட்பதில் இல்லாமல் இருந்ததை இட்டு வெட்கப்படுவதில் தவறில்லைதானே?) அப்போது இருவருக்கும் கேக்கும், கர்ப்பச்சீனோவும் வந்து சேர்ந்தது. அந்த பெண்ணின் பிருட்டங்களை பார்த்துவிட்டு என் மீது கண்களை சரித்து "இந்தப் பெண் அழகாக இருக்கிறாள் இல்லையா?" என்றார் சிசில். நடுநிலையாக சிரித்தேன். என்னை சிரிக்க வைத்த மகிழ்ச்சிச் சிரிப்பு சிசிலிடம் இருந்து வந்தது. அதன் ஒளி விடுதி எங்கும் பரவியது.

"உங்களைப் பற்றிச் சொல்லுங்கள் மேடம் சிசில்"

"எதைச் சொல்வது?"

"உங்களுக்கு எத்தனை பிள்ளைகள்?"

"எனக்கு பிள்ளைகள் இல்லை. ஆனால் என் துணைவனுக்கு இரு குழந்தைகள் உண்டு. அவர்கள் வளர்ந்து விட்டார்கள். பிலிப் 20 வயது. ஏமிலி 23 வயது."

"நீங்கள் திருமணம் செய்யவில்லையா?"

"இல்லை நந்தன். எனக்கு இளம் வயதில் எல்லோரையும் போல் ஒரு சங்கிலியாய் வாழ்வது பிடிக்காமல் போய்விட்டது. என் உயர் கல்வியை கற்றபின்னர் பரீட்சைக்கு போகவில்லை. எனக்கு ஒரு அண்ணன். ஒரு அக்கா. அவர்கள் பல்கலைக்கழகத்தில் பெரிய படிப்புகள் படித்துக் கொண்டிருந்தார்கள். எப்போதும் படிப்பு.. படிப்பு... என்று இருந்தார்கள். அவர்கள் தம் இளமை நாட்களை வாழாமல் இயந்திரங்கள் போல் இருந்தது என்னை முதன் முதல் பாதித்தது. நான் பரீட்சை எடுக்கவே மாட்டேன் என்று என் தாயிடம் சொல்லி விட்டேன்.

தந்தை உயர்ந்த பதவியில் இருந்தார். அவருக்கு நான் ஏன் பரீட்சை எடுக்கவில்லை என்று கேட்கவே நேரம் அற்று இருந்தார். அல்லது நான் ஒரு பெண் தானே? ஏன் படிக்க வேண்டும்? என்று கூட நினைத்திருக்கலாம். பின்னர், நான் சைக்கிள் வீராங்கனை ஆனேன். பிரான்ஸ் பூராகவும் சைக்கிளில் சுற்றி வந்தேன். அப்போதுதான் பிரான்ஸ் எவ்வளவு விசித்திரமான நிலங்களையும் மக்களையும் கொண்டிருக்கிறது என்று புரிந்துகொண்டேன். கிட்டத்தட்ட 5 வருடங்கள் சைக்கிள் பயணங்களில் என் வாழ்வு வளர்ந்தது. பல்கலைக்கழகக் கல்வியை விட உயர்ந்த கல்வியை அது தந்தது.''

''அந்த இளம் வயதில் நீங்கள் யாரையும் காதலிக்கவில்லையா?'' என்றதும் நீண்ட புன்னகையை தீட்டுகிறார்.

''எனக்கு அப்படி வாய்ப்பு அமையவில்லை. ஆனால் வித்தியாசமான ஒரு மனிதர் வந்தடைந்தார். நான் நீஸ் பகுதியில் பயணம் செய்தபோது ஒரு எழுத்தாளரை சந்தித்தேன். அவர் பிரான்ஸின் தென் பகுதியில் இருக்கும் மொனோக்கோ பகுதியைச் சேர்ந்தவர். அப்போது அவர் இளம் பெண் பற்றிய நாவல் ஒன்றை எழுதிக் கொண்டிருந்தார். நாம் நல்ல நண்பர்களானோம். அவர் மிகவும் வசதி படைத்த எழுத்தாளர். என்னிடம் அவர் தன் மனதை இழப்பிதை அறிந்து கொண்டேன். எம்மிடையே கடிதப் போக்குவரத்து இருந்தது. ஒரு கடிதத்தில் என்னை தான் திருமணம் செய்ய விரும்புவதாக தெரிவித்தார். என்னைவிட அவர் 20 வயது மூத்தவர். மனநிலை ஒன்றாக இருந்தாலும் எங்கள் உடல்நிலை ஒன்றாகாது என்று அதை நான் விரும்பவில்லை. அதன் பின்பும் நாம் தொடர்பில் நீண்ட காலம் இருந்தோம். பின்பு என் 30- 40 வயதுகளில் நான் தாய் தந்தையை விட்டு பிரிந்து தனியே இருந்தேன். அந்தக் காலகட்டத்தில் அதிகமான புத்தகங்களைப் படித்தேன். அடிப்படை செலவுகளுக்கும் டென்னிஸ் பயிற்சி ஆசிரியராக வேலை செய்தேன். அக்கால கட்டத்தில்தான்

இமானுவேலின் தொடர்பு ஏற்பட்டது. அவருக்கு நான் வசித்த இடத்தின் அருகில் ஒரு நிறுவனம் சொந்தமாக இருந்தது. நாம் பல தடவைகள் பல இடங்களிலும், வீதிகளிலும் சந்தித்தோம். சிறிய அறிமுகம் இருந்தது. அவர் திருமணம் ஆனவர் என்பதும், அவருக்குப் பிள்ளைகள் உண்டு என்றும் எனக்கு தெரியும். அக்காலகட்டத்தில் மன இயல் பற்றி அதிகமாக நான் படித்துக் கொண்டிருந்தேன். ஒரு மனிதரைப் பார்த்தால் அவர் மனதை வரையும் தகுதியை வளர்த்துக் கொண்டேன். ஒருநாள் நான் ஒரு கடையில் காபி அருந்தியவாறு இருந்தேன். இமானுவேல் வேறொரு கதிரையில் இருந்தார். அவரிடம் சென்று உங்களுக்கு என்ன பிரச்சனை? என்றேன். அவர் வெறுமையாக புன்னகைத்தார். பிறகு அவர் கண்கள் சிவந்தது. அவர் ஏதும் பேசவில்லை. அவரின் கரங்களைப் பற்றி, இமானுவேல் உங்கள் பிரச்சனையை எனக்கு கூறினால் நீங்கள் ஒய்வு அடைவீர்கள். நான் அதைக் கேட்கத் தயாராக உள்ளேன்'' என்றேன்.

அவர் மெதுவாக தன் பிரச்சனையை சொல்ல ஆரம்பித்தார். ''அவர்கள் காதலித்து திருமணம் செய்தவர்கள். அப்போது மகனுக்கு ஏழு வயது. மகளுக்கு பத்து வயது. சில காலமாக மனைவி கத்றினின் செயல்கள் வேறுபட்டு இருப்பதை உணர்ந்து இருக்கிறார். அடிக்கடி அவர் நண்பியுடன் வெளியேறுவதும் உரையாடுவதும் அதிகமாக இருந்திருக்கிறது. மனைவி பிள்ளைகளை விட அந்த நண்பியில் அக்கறை உள்ளவராக இருந்திருக்கிறார். ஒருநாள் பிள்ளைகள் பள்ளியில் இருந்த பகல் பொழுதில் இமானுவேலுக்கு வேலைத்தளத்தில் உடல் நலம் இல்லாமல் இருந்திருக்கிறது. இடைவேளையில் வீட்டிற்குச் சென்றபோது அவர் மனைவியும் அவள் தோழியும் பாலியல் உறவில் இருந்திருக்கிறார்கள். அதன்பிறகு கத்திறினின் விருப்புடன் அவர்கள் விவாகரத்து செய்தார்கள். ஒருநாள் அவரின் பிள்ளைகளையும் அவரையும் ஒரு உணவகத்தில் சந்தித்தேன்.

அவருடன் இணைந்து வாழ என் விருப்பத்தை தெரிவித்தேன். நாம் திருமணம் செய்யவில்லை. மனதின் சட்டங்கள் மனிதர்கள் வரையும் சட்டங்களைவிட மேலானவை.''

"அவரின் பிள்ளைகள் உங்களை ஏற்றுக் கொண்டார்களா?''

"தாயாரின் நிலையைப் புரிந்ததும் என்னை அவர்கள் இரண்டாம் தாயாக ஏற்றார்கள் அவர்கள் விரும்புகிற போது தமது தாயாரை சந்தித்து வருவார்கள்.''

"உங்களுக்கு குழந்தை இல்லை என்று வருத்தம் இல்லையா?''

"இல்லை நிச்சயமாக இல்லை. இமானுவேல், அவர் குழந்தைகள் எனக்கு இருக்கிறார்களே!''

"உங்கள் வீட்டில் எல்லோரும் இதை ஏற்றுக் கொண்டார்களா?''

"யாரும் ஏதும் சொன்னதில்லை. என்னையும் என் வாழ்க்கையையும் ஏற்றுக்கொண்டார்கள். விரும்பிய வாழ்க்கையை வாழாமல் இறப்பதற்கு பெயர் வாழ்க்கை அல்ல.''

"நீங்கள் எப்போது மனநல வைத்தியர் ஆனீர்கள்?''

"ஒருநாள் பாரிசின் வைத்தியசாலை ஒன்று மனநல பாதுகாவலர் வெற்றிடத்துக்கு நேர்முகத் தேர்வுக்கு அழைத்திருந்தது. அதற்கு நான் சென்றேன். அங்கு பேராசிரியர்கள் மூன்று பேர் தேர்வாளர்களாக இருந்தார்கள். எந்தச் சான்றிதழ்களும் இல்லாமல் சென்ற என்னை அதிர்ச்சியோடு பார்த்து கேள்விகள் கேட்டனர். என் பதில்கள் அவர்களை மேலும் ஆச்சரியப்படுத்தியது. அவர்கள் ஆராயாத நூல்களையும் மனங்களையும் நான் ஆராய்ந்திருந்தேன். ஏன் இந்த தேர்வுக்கு வந்தீர்கள்? என்று கேட்டார்கள். 'எம்மோடு வாழும் மனிதர்களைப் பேசுவதன் மூலம் காக்கக்கூடிய தொழில் என்பதால்' என்றேன். அந்த பேராசிரியர்கள் என்னை தெரிவு செய்தார்கள்.

அப்படித்தான் உன்னை சந்தித்தேன். மனிதர்கள் கடவுளிடம் பேசியதை: மனிதர்களிடம் பேசியிருந்தால் யுத்தம் இல்லை, எதிரிகள் இல்லை, அவலங்கள் இல்லை. கதி இல்லாத அகதிகள் இல்லை. மனிதர்கள் முதலில் மனிதர்களை நம்பவில்லை. அதனால்தானே யுத்தம்? எல்லைகள், முரண்பாடுகள், வகைவகையான ஆயுதங்கள்! மரங்களில் பூ இருப்பதுபோல மனிதர்களின் பூக்கள்தான் உதடுகள். இவற்றை அன்புதீட்டி பேச மட்டும் மனிதன் பயன்படுத்த தயங்குகிறான். அதைச் செய்தால் பூமியில் யுத்தம் செத்துப்போய்விடும்.''

''நீங்கள் சொன்னவைகளில் சில எனக்கு புரியவில்லை. சரி இப்போது இமானுவேலின் குழந்தைகள் என்ன செய்கிறார்கள்?''

''பிலிப் தந்தையின் நிறுவனத்தில் வேலை செய்கிறான். எமிலி சிறு குழந்தைகளுக்கான ஆசிரியராக உள்ளாள்.''

''திருமணம் செய்து விட்டார்களா?''

''பிலிப் தனியாக வீடு எடுத்து வாழ ஆரம்பித்து விட்டான். எமிலி ஒரு பெண்ணைக் காதலியாக வைத்திருக்கிறாள். அவர்கள் திருமணம் செய்ய முடிவெடுத்திருக்கிறார்கள்.''

++++

நான் கண்விழித்து எழுந்தபோது ஒரு மாளிகையில் படுத்து இருப்பதாகப் பட்டது. சிசிலிடம் பேசிக் கொண்டிருந்தபோது நான் மேகக்கூட்டங்களில் நகர்ந்தது போல் இருந்தது. நான் வேறு உலகங்களில் எப்படி இருந்தேன் என்பது எனக்கு தெரியாது. எனது வலப்பக்கத்தில் உள்ள சன்னல் ஓரம் ஓர் ஆண் புத்தகம் படித்தவாறு இருந்தார். நான் எழுந்ததை அறிந்து ''பொன்சுர் நந்தன்!'' (வணக்கம் நந்தன்) என்றார். அந்த சத்தத்தைக் கேட்டதும் கதவு திறந்த சத்தம் சிறந்தகேட்டது.

சைக்கிள் வீராங்கனை உடையில் சிசில் அங்கு வந்தார். அவர் கைகளில் இறகு முளைத்திருந்ததுபோல் இருந்தது. ஒரு சிறகில் ஜனனியும், மறு சிறகில் என் மகளும் இருப்பதாக தெரிந்தது. பறவை போல பறந்து சென்று என் மகளையும், மனைவியையும் சிசில் அந்த அறைக்கு அழைத்து வந்துவிட்டார் என்று எழுந்திருக்க முனைந்தேன். மகளின் கைகளிலும் சிறிய இறகுகள் முளைத்திருப்பதுபோல தெரிந்தது. என்னால் எழுந்திருக்க முடியவில்லை. ‘இறகைப்பெண்’ என்னை தன் சிறகுகளால் தூக்கினாள்... நான் என் மகளை பார்த்துவிட்டேன்.

அவள் இறகை போல இருந்தாள்.